வேதாகம அடிப்படை

(வேதாகம போதனைகள் மற்றும் கோட்பாடுகளைச் சரியாக அறிந்துகொள்வதன் மூலம் வேதாகமம் உண்மையில் எதைக் கற்பிக்கிறது என்பதை அறியவும், பின்பற்றவும், கற்பிக்கவும்)

வேதாகமத்தைப் பயன்படுத்தும் அனைவரும் அதன் துல்லியமான மற்றும் உண்மையான போதனைகளைப் பெறுவதற்கு

₹. 200

முன்னுரை

பிதா, குமாரன், பரிசுத்த ஆவியானவரின் நாமத்தில் வாழ்த்துக்கள்!!!

வேகமாக நகரும் மற்றும் மாறிவரும் உலகில், மக்களை மகிழ்விப்பதற்காகச் சட்டங்கள் மற்றும் விதிகள் கூட மாறுகின்றன. காரியங்களுக்குப் பின்னால் மறைந்திருக்கும் பல விஷயங்களைப் பற்றி அறிய முயற்சிக்காமல் நமது பின்னணி மற்றும் தரங்களின் அடிப்படையில் சில விஷயங்களைப் பகுத்தறிவு செய்யத் தொடங்கிவிட்டோம். ஒவ்வொரு தனிமனிதனும் தன்னைச் சுற்றியுள்ள மக்களுக்குப் பயனளிப்பதன் மூலம் சமநிலையுடனும் முழுமையாகவும் செயல்படுவதற்குத் தேவையான அத்தியாவசிய மதிப்பீடுகளை படைப்பாளரான கடவுளால் மட்டுமே வழங்க முடியும். ஒரு தயாரிப்பாளரின் கையேட்டை போல அது ஒரு மனிதனுக்கு இருக்கும். வேதாகம போதனைகள் மற்றும் கோட்பாடுகளை எவ்வாறு அறிந்துகொள்வது, படிப்பது, கற்பிப்பது மற்றும் பின்பற்றுவது என்பதை அறிந்துகொள்வதற்காக அனைத்து விசுவாசிகளுக்கும் 'வேதாகம அடிப்படை'மதிப்புமிக்க போதனைகளைக் கொண்டுள்ளது. கிறிஸ்துவின் மீதான விசுவாசத்தை அதிகரிக்கவும், கர்த்தராகிய இயேசு கிறிஸ்துவைப் பின்பற்றவும், நம்முடைய தனிப்பட்ட மற்றும் சமூக வாழ்க்கையில் பொறுப்புள்ளவர்களாகவும், நம்முடைய கர்த்தராகிய இயேசு கிறிஸ்துவின் மனப்பான்மையைக் கொண்டிருக்கவும், ஒவ்வொரு விசுவாசிக்கும் நிச்சயமாக இது உதவும். ஒவ்வொரு விசுவாசியும் கிறிஸ்துவின் அன்பைப் பெறவும், மேலும் தனிப்பட்ட விதத்திலும் பொதுவான விதத்திலும் நமக்கு மற்றவர்கள் செய்யும் தவறுகளுக்கு மத்தியில் நம்மைப் போலவே மற்றவர்களை நேசிக்கவும் இது நம்மை ஊக்குவிக்கும்.

பவுல் தீமோத்தேயுவிடம் "தேவபக்திக்கானவைகளை முயற்சிபண்ணு. சரீரமுயற்சி கொஞ்சம் பிரயோஜனமுள்ளது;' ஆனால், தேவபக்தியானது இந்த ஜீவனுக்கும் இதற்குப்பின்பு வரும் ஜீவனுக்கும் உள்ள வாக்குத்தத்தமுள்ளதாகையால் எல்லாவற்றிலும்

பயனுள்ளது." (1 தீமோத்தேயு 4: 7, 8). நம் வாழ்வின் ஒவ்வொரு பகுதியிலும் நாம் நிறைய காரியங்களை கற்கிறோம், ஆனால் கற்பது அனைத்தும் வாழ்க்கையில் தெய்வீக மதிப்பீடுகளுடன் இருப்பதில்லை. கல்வி பயிற்சி, தொழில்துறை பயிற்சி, உடல் பயிற்சி மற்றும் அனைத்தும் ஓரளவிற்கு சில பயன்களை மட்டுமே கொண்டு இருக்கும். கடவுளுக்கு பிரியமாக இருக்க நம்மை பயிற்றுவிக்க கூடிய காரியங்கள் இப்பொழுதும் என்றென்றும் நிலைத்திருக்கும். நிச்சயமாக வேதாகமத்தின் எந்தவொரு புத்தகத்தையும் போலவே "வேதாகம அடிப்படை" கடவுளை அறிந்துகொள்வதற்கும் நம்மை நாமே நன்கு அறிந்து கொள்வதற்கும் புதிய நுண்ணறிவுகளைத் தரும்.

வேதாகமத்தை பற்றி நான் எழுதியதை எப்பொழுதும் எனக்கே நானே நினைவூட்டிக் கொள்வேன்,

"எனக்கு எப்போதும் அழகான, சிறந்த மற்றும் நம்பத்தகுந்த புத்தகம் 'வேதாகமம்' ஆகும். இது உற்பத்தியாளரிடமிருந்து ஒரு இயந்திரத்திற்கான கையேடு போல சர்வ வல்லவரிடமிருந்து எனக்கு கிடைத்த ஒரு பெரிய நிறைந்த கையேடு என்று நான் நம்புகிறேன். ஏனென்றால் மனிதனின் மனம் எப்போதும் குழப்பமடையும் மற்றும் கலங்கும். ஆனால் வேதாகமம் எப்போதும் அனைத்து முடிச்சுகளையும் அவிழ்க்கிறது"

வேதத்தை பகுப்பாய்வு செய்வதற்கும் படிப்பதற்கும் நேரத்தை செலவிடுவதும் அதன்படி நடப்பதும் எப்போதுமே பயனளிக்கும், ஏனெனில் கடவுளுக்குப் பயந்து அவருடைய எல்லா கட்டளைகளையும் கடைப்பிடிப்பதை விட நமக்கு ஏற்றது ஒன்றுமில்லை. கடவுளுடைய வார்த்தையின் மூலம் சக மனிதர்களுக்காக நேரம், பொருள் மற்றும் திறமைகளை என்றும் அழியாத கடவுளுக்குள்ளாக அனுபவியுங்கள்.

-பாலையா. தா

கோட்பாடுகளைப் (வேதாகம போதனைகளை) படித்தல் மற்றும் கற்பித்தல்

அறிமுகம்:

கோட்பாடு என்பது ஒரு குறிப்பிட்ட தொகுப்புடன் தொடர்புடைய கற்பித்தல் முறையாகும். ஒரே விஷயத்தைப் பற்றி ஒரே ஆதாரத்துடன் பேசினாலும் நமது எண்ணங்களிலும் கருத்துக்களிலும் பலவிதமான வேறுபாடுகள் உள்ளன. கிறிஸ்தவ மக்களிடையே உள்ள கோட்பாட்டு விலகல்கள் உண்மையில் பலரின் நம்பிக்கையைத் தவறாக வழிநடத்தியுள்ளது. நமது அடிப்படை நம்பிக்கைகள் வேதாகம போதனைகள் மீது அமைக்கப்பட்டுள்ளதால், அவற்றை நாம் ஒவ்வொருவரும் உறுதியாகப் பற்றிக் கொள்ள வேண்டும்.

பவுல் தீமோத்தேயுவுக்கு இவ்வாறு எழுதுகிறார், "உன்னைக்குறித்தும், உன் உபதேசத்தைக்குறித்தும் எச்சரிக்கையாக இரு, இவைகளில் நிலைகொண்டிரு, நீ இப்படிச் செய்தால், உன்னையும், உன் உபதேசத்தைக் கேட்பவர்களையும் இரட்சித்துக்கொள்ளுவாய்." (1 தீமோத்தேயு 4:16).

பவுல் தீத்துவுக்கு இவ்வாறு எழுதுகிறார், "ஆரோக்கியமான உபதேசத்தினாலே புத்திசொல்லவும், எதிர்த்துப் பேசுகிறவர்களைக் கடிந்துகொள்ளவும் வல்லவனுமாக இருக்கும்படி, தான் போதிக்கப்பட்டதற்கு ஏற்ற உண்மையான வசனத்தை நன்றாகப் பற்றிக்கொள்ளுகிறவனுமாக இருக்க வேண்டும்." (தீத்து 1:9).

1.0 சரியான வேதாகம போதனையின் அவசியம்/ தவறான வேதாகம போதனையின் விளைவுகள்:

சரியான வேதாகம போதனையின் மூலம், நாம் முதலில் நம்மை மீட்டுக்கொள்ளலாம், பின்னர் நாம் இயேசு கிறிஸ்துவின் நற்செய்தியை வார்த்தைகள் அல்லது செயல்கள் மூலம் பிரசங்கிக்கும் அல்லது கற்பிக்கும் மக்களையும் கூட மீட்டெடுக்க முடியும். சில

வேதாகம போதனையை நாம் கண்மூடித்தனமாக நம்பினால், யாரோ ஒருவரின் அறிவுறுத்தலின் மூலம் அதைப் பின்பற்றுகிறோம் அல்லது அதைப் பற்றி வேதாகமம் உண்மையில் என்ன சொல்கிறது என்பதைப் பற்றி வெளிப்படையாகச் சிந்திக்காமல் இருந்தால், அது நம்மைக் குறைவான பலனளிப்பவர்களாகவோ அல்லது பலனளிக்காதவர்களாகவோ ஆக்கும். அது நம் இரட்சிப்பைக் கெடுக்கலாம் அல்லது மற்றவர்களின் இரட்சிப்பைத் தடுக்கலாம்.

பல கலகக்காரர்கள், வெறும் பேச்சாளர்கள் மற்றும் நேர்மையற்ற லாபத்திற்காக முழு குடும்பத்தையும் அழிக்கும் ஏமாற்றுபவர்கள் உள்ளனர். அவர்கள் மனதிலும் மனசாட்சியிலும் கெட்டுப்போயிருக்கிறார்கள் (தீத்து 1:10-16). சரியான வேதாகம போதனை நம்மை மீட்கும்.

தவறான வேதாகம போதனைகள் சர்ச்சைகளை எழுப்புகின்றன. (1தீமோத்தேயு 1:3,4). ஒரு நல்ல வேதாகம போதனையால் மட்டுமே சர்ச்சைகளைக் குறைக்க முடியும்.

தவறான வேதாகம போதனைகளால், பொறாமை, சச்சரவு, தீய சந்தேகங்கள், கெட்டுப்போன மனதுள்ள மனிதர்களிடையே தொடர்ந்து உரசல்களுடன் சண்டைகள் ஏற்படுகின்றன. மனிதர்கள் சத்தியத்திலிருந்து கொள்ளையடிக்கப்படுவார்கள், மேலும் தெய்வபக்தியை நிதி ஆதாயத்திற்கான வழிமுறையாக நினைப்பார்கள் (1 தீமோத்தேயு 6:3-5). உண்மையான வேதாகம போதனை ஒன்றே அனைத்திற்கும் தீர்வைத் தரும்.

2.0 அடித்தளமான Vs அடிப்படை வேதாகம போதனைகள்:

அடித்தளமான வேதாகம போதனைகள் காரணத்துவமிக்க நம்பிக்கைக்கு மிகவும் அவசியமான போதனைகள். அதேசமயம் அடிப்படை வேதாகம போதனைகள் மேலோட்டமான சிக்கல்கள் அல்லது நடைமுறைகளைக் கையாளும் போதனைகள் மற்றும் அவை

மிகவும் குறிப்பிடத்தக்கவை அல்ல, ஆனால் அவை அதிக மதிப்புடன் கருதப்படும்போது நம்மை வழி விலகச் செய்யலாம்.

2.1. முக்கியத்துவம் குறைந்த கோட்பாட்டு விலகல்கள்: கிறிஸ்தவர்களிடையே அதிக எண்ணிக்கையிலான மதப்பிரிவுகளுக்கு வழிவகுத்த முக்கியத்துவம் குறைந்த போதனைகளைப் புரிந்துகொள்வதில் வேறுபாடுகள் உள்ளன. குழுக்கள் குறிப்பிட்ட வேதாகம பகுதிகளிலிருந்து விஷயங்களைப் பிடித்துக்கொள்கின்றன, மேலும் தாங்கள் பின்பற்றும் அனைத்தும் சரியானது என்று வலியுறுத்துகின்றன, அங்குதான் பிரச்சனை எழுகிறது மற்றும் மதங்கள் உருவாகின்றன. நம்முடைய தேவன் மிகவும் அதிசயமானவர், அவருடைய அற்புதமான கிருபையின் மூலம் அவர் நம் ஒவ்வொருவருக்கும் நம்முடைய தேவைகள் மற்றும் சூழ்நிலைகளுக்கு ஏற்பத் தனித்துவமாகச் செயல்படுகிறார், சில சமயங்களில் கடவுளுடைய பணி மற்றும் நோக்கத்தைப் புரிந்துகொள்வதில் நாம் பெருமிதம் கொள்வதால் பல விஷயங்களை ஒப்புக்கொள்ளத் தவறுகிறோம். இந்தச் சிக்கல்கள் அனைத்தும் நாம் அடிப்படைப் போதனைகளை முக்கியத்துவப் படுத்தும்போது எழுகின்றன.

> எபிரேய எழுத்தாளர் பின்வருமாறு மேற்கோள் காட்டுகிறார்: " ஆகவே, கிறிஸ்துவைப் பற்றிச் சொல்லிய அடிப்படை உபதேசவசனங்களை நாம்விட்டுவிட்டு, செத்த செய்கைகளைவிட்டு மனம்திரும்புதல், தேவன்மேல் வைக்கும் விசுவாசம், ஞானஸ்நான உபதேசம், கரங்களை வைத்தல், மரித்தோரின் உயிர்த்தெழுதல், நித்திய நியாயத்தீர்ப்பு என்ற உபதேசங்களாகிய அஸ்திபாரத்தை மீண்டும் போடாமல், தேறினவர்களாகும்படி கடந்துபோவோம்." (எபிரேயர் 6:1-2). நம்மிடையே முக்கியத்துவம் குறைந்த வேதாகம போதனைகள் நிமித்தம் வேறுபாடுகள் இருந்தாலும், அது வேதாகமத்தின் ஏற்றுக்கொள்ளக்கூடிய சூழலில் இருக்கும்

போது, உறவுகளில் இடைவெளியை ஏற்படுத்தக் கூடாது. நாம் ஒவ்வொருவரும் மற்ற நபரை நமது சொந்த உணர்வுகளின் அடிப்படையில் மதிப்பிடுவதை தவிர்க்கக் கவனமாக இருக்க வேண்டும், ஆனால் மற்றவரின் போதனைகள் அல்லது சித்தாந்தங்கள் வேதாகமத்தை அடிப்படையாகக் கொண்டதா என்பதை எப்போதும் ஆராய வேண்டும் (அப்போ 17:11).

ஜேம்ஸ் இவ்வாறு எழுதுகிறார்: “சகோதரர்களே, ஒருவருக்கொருவர் விரோதமாகப் பேசாதிருங்கள்; சகோதரனுக்கு விரோதமாகப் பேசி, தன் சகோதரனைக் குற்றப்படுத்துகிறவன் நியாயப்பிரமாணத்திற்கு விரோதமாகப் பேசி நியாயப்பிரமாணத்தைக் குற்றப்படுத்துகிறான்; நியாயப்பிரமாணத்தைக் குற்றப்படுத்தினால், நீ நியாயப்பிரமாணத்தின்படி செய்கிறவனாக இல்லாமல், அதற்கு நியாயாதிபதியாக இருப்பாய். நியாயப்பிரமாணத்தைக் கொடுத்தவரும் ஒருவரே, அவரே இரட்சிக்கவும் அழிக்கவும் வல்லவர்; மற்றவனைக் குற்றப்படுத்துகிறதற்கு நீ யார்? (யாக்கோபு 4:11,12).

2.2 முக்கிய கோட்பாட்டு விலகல்கள்: பல்வேறு மக்கள் தங்களை கிறிஸ்தவர்கள் என்று கூறிக்கொள்கிறார்கள், ஆனால் கிறிஸ்துவின் அதிகாரத்தைத் தகர்க்கிறார்கள். பல்வேறு குழுக்கள் இயேசு கிறிஸ்துவை முதன்முதலில் படைக்கப்பட்டவர், தீர்க்கதரிசி (ஒரு பெரிய மனிதர்), ஒரு தேவதூதர், ஒரு தேவதூதர் மற்றும் ஒரு மனிதன், கடவுளாக மாறிய ஒரு மனிதன், அவரும் பிதாவும் ஒருவரே, கடவுளின் ஒரே மகன் மற்றும் கடவுள் அல்ல, கடவுளின் அவதாரம், மற்றும் பலவாறு விவரிக்கின்றனர். வசனங்களை அவற்றின் சூழலைப் பொருட்படுத்தாமல் எடுப்பது போன்ற பல்வேறு வழிகளிலும் குழுக்களின் உத்திகளிலும் இது செய்யப்படுகிறது., கடவுளின்

வார்த்தையோடு சேர்த்து பல்வேறு நபர்களின் எழுதப்பட்ட தொகுப்புகளைப் பின்பற்றுகின்றனர், கடவுளால் அருளப்படாத தொகுப்புகளைக் கடவுள் அவர்களுக்கு வெளிப்படுத்தியதாக நிறுவனர்கள் கோருகின்றனர். மேலும் அவர்களில் சிலர் கடவுளுடைய வார்த்தையைக் கூடத் தங்கள் குறிப்பிட்ட பதிப்புகளில் மொழிபெயர்த்துள்ளனர், அவர்களின் கர்வ வேதாகம போதனைகள் அல்லது சித்தாந்தங்களை வலுப்படுத்தினர்.

> ஆனால் வெளிப்படுத்தின விசேஷம் 22:18,19 இவ்வாறு கூறுகிறது, "இந்தப் புத்தகத்தில் உள்ள தீர்க்கதரிசன வசனங்களைக் கேட்கிற அனைவருக்கும் நான் சாட்சியாக எச்சரிக்கிறதாவது: ஒருவன் இவைகளோடு எதையாவது கூட்டினால், இந்தப் புத்தகத்தில் எழுதியிருக்கிற வாதைகளை தேவன் அவன்மேல் கூட்டுவார். ஒருவன் இந்தத் தீர்க்கதரிசன புத்தகத்தின் வசனங்களிலிருந்து எதையாவது எடுத்துப்போட்டால், ஜீவபுத்தகத்திலிருந்தும், பரிசுத்த நகரத்திலிருந்தும், இந்தப் புத்தகத்தில் எழுதப்பட்டவைகளில் இருந்தும், அவனுடைய பங்கைத் தேவன் எடுத்துப்போடுவார்."

மேலும், சில குழுக்கள் பரிசுத்த ஆவியானவர் செயலில் இருக்கும் ஆற்றல், சக்தி, தேவதூதர், மற்றும் பலவற்றைக் கற்பிக்கின்றனர். லூக்கா 12: 8-10 இல் ஆண்டவராகிய இயேசு அளித்த எச்சரிக்கைகளில் ஒன்றை நினைவில் கொள்வோம்.

> "அன்றியும் நான் உங்களுக்குச் சொல்லுகிறேன்: மனிதர்களுக்கு முன்பாக என்னை அறிக்கைப்பண்ணுகிறவன் எவனோ, அவனை மனிதகுமாரனும் தேவதூதர்களுக்கு முன்பாக அறிக்கைபண்ணுவார். மனிதர்கள் முன்பாக என்னை மறுதலிக்கிறவன் தேவதூதர்களுக்கு முன்பாக மறுதலிக்கப்படுவான். எவனாவது மனிதகுமாரனுக்கு

விரோதமாக விசேஷத்தைச் சொன்னால் அது அவனுக்கு மன்னிக்கப்படும்; பரிசுத்த ஆவியானவருக்கு விரோதமாகத் தூஷணமான வார்த்தையைச் சொல்லுகிறவனுக்கோ மன்னிக்கப்படுவதில்லை."

கிறிஸ்துவின் அதிகாரத்தையும், பரிசுத்த ஆவியையும், கடவுளுடைய வார்த்தையையும் குறைத்து மதிப்பிட்டுப் போதிக்கும் எந்தவொரு குழுவும் ஒரு போலி போதக குழுக்களாக (Cult) கருதப்படலாம், அத்தகைய நபர்களுடன் நாம் மிகவும் கவனமாக இருக்க வேண்டும். முக்கிய கோட்பாட்டு விலகல்கள் நம்மை உண்மையான கடவுளிடமிருந்து விலக்கி, அவருடைய அற்புதமான கிருபை, வழிகாட்டுதல் மற்றும் நன்மையை அனுபவிப்பதைத் தடைசெய்கின்றன.

3.0. படிப்பது எப்படி

பகுப்பாய்வு வேதாகம ஆய்வு (Inductive Bible Study) நம் கோட்பாட்டு ஆய்வை (doctrinal study) இயக்க வேண்டும், மேலும் இதை எப்போதும் எந்தவித வசனங்கள், பத்திகள், அதிகாரங்கள் அல்லது வேதாகம புத்தகங்களைப் படிக்கவும் பயன்படுத்தப்படலாம்.

வேதாகம போதனைகளைப் படிப்பதற்குப் பயன்படுத்தக்கூடிய சில முறைகள் பின்வருமாறு, அவை வேதாகம போதனையின் முழுமையான வேதாகமக் பார்வையை அளிக்காது, ஆனால் அதன் சில முக்கியமான அம்சங்களைப் புரிந்துகொள்ளச் செய்கின்றன.

- அனுமானங்கள் அல்லது ஊகங்களின் அடிப்படையில் கோட்பாட்டைப் படித்தல்
- குறிப்பிட்ட கோட்பாட்டை முதன்மையாகக் கற்பிக்கும் சில குறிப்பிட்ட வசனங்கள் அல்லது பத்திகளைப் படித்தல்
- குறிப்பிட்ட கோட்பாட்டை வலியுறுத்தும் புத்தகத்தைப் படித்தல்
- குறிப்பிட்ட கோட்பாட்டைப் பற்றி வெவ்வேறு ஆசிரியர்கள் / வேதாகம ஆளுமைகளின் முன்னோக்கைப் படித்தல்

பகுப்பாய்வு வேதாகம ஆய்வினோடு கூட, கருப்பொருள் வேதாகம ஆய்வு மற்றும் தலைப்புகள் வேதாகம ஆய்வின் சில கொள்கைகளை நாம் பயன்படுத்தலாம், இது குறிப்பிட்ட கோட்பாடுகளைப் படிக்கும் போது, கோட்பாடுகளை முழுவதுமாகப் படிக்க ஏதுவாக மற்ற முறைகளின் கொள்கைகளை உள்ளடக்கியது.

வேதாகம போதனைகளைப் படிக்கும் போது பின்வரும் செயல்முறையைப் பின்பற்றலாம்.

கடவுளைச் சார்ந்து, திறந்த மற்றும் தாழ்மையான மனதுடன் இருங்கள்

- உங்கள் கோட்பாட்டு ஆய்வில் கடவுளின் ஞானத்திற்கும் வழிகாட்டலுக்கும் ஜெபியுங்கள்.
- உண்மையை ஏற்றுக்கொள்ள தாழ்மையான இதயத்துடனும் திறந்த மனதுடனும் இருங்கள்.
- வேதாகம அடிப்படையில் இல்லாத தவறான கருத்துகளையும் முன்குறித்த யோசனைகளையும் ஒதுக்கி வையுங்கள்.

கருப்பொருள் அல்லது தலைப்பைத் தேர்வுசெய்யுங்கள்

- இது எது வேண்டுமானாலும் இருக்கலாம்- வேதாகம உண்மைகளை அடிப்படையாகக் கொண்டதாகக் கூறப்படும் சில நடைமுறை அல்லது நம்பிக்கையின் அடிப்படையில் வேதாகமத்திலிருக்கும் காரியமாகவோ அல்லது வேதாகமத்தில் நேரடியாகக் குறிப்பிடப்படாததாகவோ கூட இருக்கலாம். மேலும், இது அடித்தளமாக அல்லது அடிப்படையாக இருக்கலாம். உதாரணமாக: பாவம், ஞானஸ்நானம், திரித்துவம், வெள்ளை உடை அணிவது போன்[illegible]வ.

சொற்களை வரையறுக்கவும் மற்றும் தொடர்புடைய சொற்கள் / ஒத்த சொற்களை அடையாளம் காணுங்கள்

- நீங்கள் தெரிந்து கொள்ள விரும்புவதைத் தேர்வுசெய்யுங்கள்.
- நீங்கள் தேர்ந்தெடுத்த கருப்பொருள் அல்லது தலைப்பில் உள்ள சொற்களை வரையறுக்கவும்,
- நீங்கள் தேர்ந்தெடுத்த கருப்பொருள் அல்லது தலைப்பின் அதே பொருளை வெளிப்படுத்தும் ஒத்த சொற்களையும் தொடர்புடைய சொற்களையும் அடையாளம் காணவும்.
- பைபிள் அகராதி மற்றும் மொழி அகராதியைப் பயன்படுத்துங்கள்.

கருப்பொருள் அல்லது தலைப்பைப் பற்றிய பொதுவான யோசனைகள் மற்றும் கேள்விகளைக் குறிப்பிடுங்கள்

- நம் பின்னணியை அடிப்படையாகக் கொண்ட ஒரு கருப்பொருள் அல்லது தலைப்பைப் பற்றி வழக்கமாகச் சில எண்ணங்கள் இருக்கும், அவை குறிப்பிடப்படலாம்.
- மேலும், ஒரு கருப்பொருள் அல்லது தலைப்பைப் பற்றிக் கேள்விகள் அல்லது குழப்பங்களும் இருக்கலாம், அவற்றையும் குறிப்பிடலாம்.

கருப்பொருள் அல்லது தலைப்பு தொடர்பான அனைத்து வசனங்களையும் தேடி படியுங்கள்

- ஏற்கனவே தெரிந்த வசனங்களைப் பயன்படுத்தவும்/ முக்கிய வார்த்தைகளைப் பயன்படுத்தி கருப்பொருள் அல்லது தலைப்பைப் பற்றிய சில தகவல்களைத் தெரிவிக்கும் வெவ்வேறு வசனங்களைத் தேடுங்கள்.
- தொகுப்பாய்வு வேத ஆராய்சியைப் பயன்படுத்தி கருப்பொருள் அல்லது தலைப்புக்குப் பொருத்தமான வசனங்களைப் படியுங்கள்.
- பைபிள் ஒத்திசைவுகள் (Bible concordances) மற்றும் பல்வேறு செயலிகளைப்

யோசனைகள், கேள்விகள் மற்றும் அடையாளம் காணப்பட்ட வசனங்களின் அடிப்படையில் துணை தலைப்புகள்/ கருப்பொருள்களை உருவாக்கவும்

- ஆய்வை ஒழுங்கமைக்கவும், அதைத் திறம்பட புரிந்து கொள்ளவும் துணை-தலைப்புகள்/ கருப்பொருள்கள் பயன்படுத்தப்படும்.
- கேள்விகளுக்குப் பதிலளிப்பதற்கான முயற்சி அல்லது அடையாளம் காணப்பட்ட வசனங்களின் கருத்துக்கள் மற்றும் போதனைகள் குறித்து தெளிவுபடுத்தப்படுவது ஆய்வின் செயல்திறனுக்கு உதவுகிறது.

ஒழுங்கமைத்து சுருக்கி கூறுங்கள்

- உள்ளடக்கம் சரியான ஓட்டம் மற்றும் வரிசையில் உள்ளதா எனச் சரிபார்க்கவும்.
- உங்கள் உள்ளடக்கத்தை மதிப்பாய்வு செய்வதன் மூலமும் தேவையான திருத்தங்களைச் செய்வதன் மூலமும் கற்றல்களைச் சுருக்கமாகக் கூறுங்கள்.

வாழ்க்கை முறையைப் பாதிக்கக் கற்றல்களை அனுமதிக்கவும்

- உங்கள் தவறான எண்ணங்கள் அல்லது முன்குறித்த யோசனைகளை நீங்கள் மாற்ற வேண்டுமா என்று சரிபார்க்கவும்
- கடவுளுடைய வார்த்தைக்குக் கீழ்ப்படியவும், கடவுளின் ஆதரவைப் பெறவும் உங்களை நீங்களே அடிபணியுங்கள்; மேலும் மற்றவர்களுக்கும் உதவுங்கள்.

4.0 வேதாகம போதனைகளைப் படிக்கும்போது கருத்தில் கொள்ள வேண்டியவை:

பின்வரும் சில நடைமுறைகள் அல்லது அணுகுமுறைகள் எந்த விலகலும் இல்லாமல் வேதாகம போதனைகளைச் சரியாக அறிந்துகொள்ளவும் புரிந்துகொள்ளவும் உதவியாக இருக்கும்.

1. வேதாகமத்தின் முழு நோக்கத்தையும், வேதாகம புத்தகங்களின் குறிப்பிட்ட ஆசிரியர்களின் நோக்கத்தையும் புரிந்துகொள்ள, வேதாகமத்தைத் தொடர்ந்து வாசிக்கவும்.

2. வேதாகமத்தின் சொற்றொடர்கள், வசனங்கள், பத்திகள் அல்லது அத்தியாயங்களை நேரடியாகப் பயன்படுத்துவதற்கு முன் பகுப்பாய்வு செய்யவும்.

3. வேதாகமம் முழுவதையும் கருத்தில் கொண்டு, வேதாகம அடிப்படையில் கற்பிக்கக்கூடியதாக இருங்கள்.

4. உங்கள் குடும்பப் பின்னணி, கலாச்சாரப் பின்னணி, மொழிப் பின்னணி, சமூகப் பின்னணி, பொருளாதாரப் பின்னணி அல்லது பிற பின்னணிகளால் சிக்கிக் கொள்ளாதீர்கள்.

5. முன்குறித்த யோசனைகள் மற்றும் தவறான எண்ணங்களில் சிக்கிக் கொள்ளாதீர்கள்.

6. உங்கள் ஆய்வில் திறம்பட உதவும் தொழில்நுட்பம் மற்றும் ஆதாரங்களைப் பயன்படுத்தவும் (எ.கா. இணையதளங்கள், மென்பொருள், ஆடியோ காட்சிகள் போன்றவை). ஆனால் ஆதாரங்கள் வேதாகம உண்மைகளுடன் ஒத்துப்போகிறதா என்பதை எப்போதும் சரிபார்க்கவும்.

5.0 வேதாகம போதனைகளைக் கற்பிக்கும் போது கருத்தில் கொள்ள வேண்டியவை:

பின்வரும் சில நடைமுறைகள் அல்லது மனப்பான்மைகள் வேதாகம போதனைகளை பிறருக்கு எவ்வித விலகலும் இல்லாமல் திறம்பட கற்பிக்க உதவியாக இருக்கும்.

1. சர்ச்சைகளை எழுப்பும் சில குறிப்பிட்ட பகுதிகளை எடுத்துக்கொள்வதை விட, முழு வேதாகமத்திலிருந்தும் வேதாகம போதனைகளை முழுமையாகப் படிப்பதில் உங்களால் முடிந்த முயற்சிகளை மேற்கொள்ளுங்கள்.

2. மற்றவர்களின் குடும்பப் பின்னணி, கலாச்சாரப் பின்னணி, மொழிப் பின்னணி, சமூகப் பின்னணி, பொருளாதாரப் பின்னணி அல்லது பிற பின்னணிகளால் பாதிக்கப்படாதீர்கள்.

3. மற்றவர்களின் உணர்வுகள் மற்றும் தவறான எண்ணங்களைப் புரிந்து கொள்ளுங்கள். மற்றவர்களிடமிருந்து கற்றுக்கொள்ளவும், உங்களுக்குத் தெரியாத ஒன்றை ஏற்றுக்கொள்ளவும் திறந்த மனதுடன் இருங்கள்.

4. தொழில்நுட்பம் மற்றும் தொடர்புடைய ஆதாரங்களைப் பயன்படுத்தவும் (எ.கா. பவர்பாயிண்ட் மென்பொருள் (PowerPoint), ஆடியோ-விஷுவல்ஸ் (Audio-Visuals), செயல்பாடுகள் (activities) போன்றவை) உங்கள் ஆய்வைச் சிறப்பாகக் காட்சிபடுத்தவும், தொடர்பை அதிகரிக்கவும் மற்றும் ஈடுபாட்டுடன் இருக்கவும் உதவும்.

5. எளிமையான சொற்களைப் பயன்படுத்தி, உங்கள் ஆய்வை ஒரு ஓட்டத்தில் தெளிவாகத் தெரிவிக்கவும், இணைக்கவும்.

6. தவறான புரிதலுக்காக எந்த ஒரு தனிநபரையோ அல்லது குழுவையோ தரம் தாழ்த்த வேண்டாம்.

7. விவாதங்களைத் தவிர்த்து, உங்கள் கற்றலை அன்பு, மரியாதை மற்றும் அக்கறையுடன் முன்வைக்கவும். எல்லாவற்றையும் பணிவாகவும் சில சமயங்களில் உறுதியாகவும் பேசுங்கள். மேலும் சில கேள்விகள் அல்லது எண்ணங்களைத் தனித்தனியாகக் கையாளவும், விசேஷமாக அது முழுக் குழுவிற்கும் பொருந்தாத போதெல்லாம்.

கோட்பாடுகளைப் படிப்பதில் வேதாகமத்தைப் பயன்படுத்துதல்:

எந்தவொரு கோட்பாட்டைப் பற்றிய விரிவான புரிதலைப் பெற, முழு வேதாகமத்தின் அறிவு அவசியம். கோட்பாடுகளைப் படிக்கும் போது கோட்பாட்டு ஆய்வுக்குப் பின்வரும் முறை பரிந்துரைக்கப்படுகிறது:

i) புதிய ஏற்பாடு: கிறிஸ்தவ நம்பிக்கையின் மையமாக்க கிறிஸ்து இருப்பதாலும், புதிய ஏற்பாட்டில் அவருடைய வாழ்க்கை மற்றும் போதனைகளின் பதிவேடு இருப்பதாலும், முதலில் புதிய ஏற்பாட்டு புத்தகங்களைப் படிப்பது விரும்பத்தக்கது. அட்டவணையில் கொடுக்கப்பட்டுள்ள பின்வரும் வரிசையில் புதிய ஏற்பாட்டைப் படிப்பது கோட்பாட்டு ஆய்வுக்குப் பரிந்துரைக்கப்படுகிறது.

ii) பழைய ஏற்பாடு: பழைய ஏற்பாட்டில் நியாயப்பிரமாணம் (தோரா), தீர்க்கதரிசனம் (நபிம்) மற்றும் கவிதை (கெதுபிம்) புத்தகங்கள் உள்ளன. இவை நம் ஆண்டவர் இயேசு கிறிஸ்துவால் ஆய்வு செய்யப்பட்டு, அவரால் மேற்கோள் காட்டப்பட்டுள்ளன. பழைய ஏற்பாட்டின் போதனைகளுடன் இயேசு தனது போதனைகளை ஒருங்கிணைத்து மேம்படுத்தியுள்ளார். புதிய ஏற்பாட்டின் போதனைகளின் அடிப்படையைப் புரிந்து கொள்ள, பழைய ஏற்பாட்டின் அறிவு தவிர்க்க முடியாதது.

முடிவுரை:

எல்லையற்ற கடவுள் நமக்கு அவரைப் பற்றி வெளிப்படுத்தியிருந்தாலும், நம் வரையறுக்கப்பட்ட மனதால் அதை முழுமையாகப் புரிந்துகொள்ள முடியாது என்ற உண்மையை நாம் ஏற்றுக்கொள்ள வேண்டும். நாம் வீழ்ச்சியடைந்த முழுமையற்ற பலவீனமான ஆன்மா உள்ளவர்கள். ஆனால் கடவுள் நம்மைச் சுற்றியுள்ள எல்லா வழிகளிலும் அவரைப் பற்றிய அதிக அறிவைக் கொடுக்கும் அளவுக்குக் கருணையும் உண்மையும் கொண்டவர். கடவுள் நமக்குக் கொடுத்த அதே அன்பையும் கிருபையையும் அனைவருக்கும் அதாவது தவறான வேதாகம போதனைகளுக்குத் தங்களைத் தாங்களே ஆட்படுத்திக்கொண்டவர்களிடமும் காட்ட கற்றுக்கொள்ள வேண்டும். மருத்துவர் தேவை ஆனால் ஆரோக்கியமானவர்களுக்கு அல்ல, நோயாளிகளுக்கே என்று இயேசு கூடச் சொன்னார். ஒரு விஷயத்தை/வேதாகம போதனையை நம்பும் ஒவ்வொருவரும் அதை ஒரு காரணத்துடன் செய்கிறார்கள், ஆனால் காரணம் சில நேரங்களில் சரியாகவோ அல்லது சில சமயங்களில் தவறாகவோ இருக்கும். நம்மைச் சுற்றியுள்ள பலர் உண்மைகளைப் பகுத்தாராயாமல் வழிமுறைகளைப் பின்பற்றுவதைக் காண்போம். கிறிஸ்தவர்களாகிய நாம் பெரும்பாலும் மற்றவர்களின் தவறான எண்ணங்களை ஏற்றுக்கொள்ளவதில்லை மக்களைக் காயப்படுத்துவதனால் கிறிஸ்துவின் அன்பைக் காட்டத் தவறுகிறோம். மாறாக, சரியான விஷயங்களில் உள்ள உண்மைகளை எதிர்ப்பவர்களுக்குப் புரிய வைக்க முயற்சித்தால் எவ்வளவு நன்றாக இருக்கும். நம்மை நாமே ஆயத்தப்படுத்துவதும், பிறரிடம் ஒப்படைக்க வேண்டிய பொறுப்பை ஒப்படைப்பதும் நம் அனைவரும் செய்ய வேண்டியது. கடவுள் நமக்குக் கொடுத்த மிகப்பெரிய கட்டளையை நாம் ஒருபோதும் மறந்துவிடக் கூடாது, அதைச் சமரசம் செய்யவும் கூடாது.

> "நீங்கள் ஒருவரிலொருவர் அன்பாக இருங்கள்; நான் உங்களில் அன்பாக இருந்ததுபோல நீங்களும் ஒருவரிலொருவர் அன்பாக இருங்கள் என்கிற புதிய

கட்டளையை உங்களுக்குக் கொடுக்கிறேன்." (யோவான் 13:34).

1 தீமோத்தேயு 4:16 கூறுவதை மீண்டும் நினைவுபடுத்துவோம்:

> "உன்னைக்குறித்தும், உன் உபதேசத்தைக்குறித்தும் எச்சரிக்கையாக இரு, இவைகளில் நிலைகொண்டிரு, நீ இப்படிச் செய்தால், உன்னையும், உன் உபதேசத்தைக் கேட்பவர்களையும் இரட்சித்துக்கொள்ளுவாய்."

நமது சார்வில், இரட்சிப்புக்கு நம்பிக்கையுடன் கூடிய சரியான வேதாகம போதனை மட்டும் போதாது, ஆனால் நல்ல செயல்கள், பேச்சு, எண்ணங்கள் மற்றும் நடத்தைகளுடன் கூடிய நமது வாழ்க்கை முறையும் சமமாக முக்கியமானது. நமது நம்பிக்கையைத் தாண்டி, உறுதியான வேதாகம போதனை நமது செயல்களுக்கு வழிகாட்டுகிறது.

நாம் மிகவும் புத்திசாலிகளாகவும் பல விஷயங்களை அறிந்தவர்களாகவும் இருக்கலாம் ஆனால் நம்மிடம் அன்பு இல்லையென்றால், பவுல் 1 கொரிந்தியர் 13ல் மேற்கோள் காட்டியது போல் நாம் ஒன்றுமில்லை. கடவுளின் அன்பு நம்மில் இருக்கட்டும்.

இறுதியாக, பல கேள்விகள் மற்றும் சந்தேகங்கள் இருந்தாலும், தேடுங்கள், நீங்கள் அவற்றைக் கண்டறிவீர்கள்.

மேற்கோள்கள்:

1. https://eternalcall.com/how-to-study-the-bible/doctrine-study/

2. https://biblestudy.tips/topical-study/

3. https://wisdomfromheaven.net/how-to-do-a-thematic-bible-study/

4. https://uesi.in/doctrinal-basis

5. UESI-TN-TTD வேதாகம கருத்தரங்கு 2023, திரு. ஆத்ம சொரூபன் - குறிப்புகள்

படிப்பதற்குப் பரிந்துரைக்கப்படும் புத்தகங்கள்:

1. New Bible Dictionary, IVP
2. One hundred Bible Lessons, Alban Douglas
3. New Testament Theology, D. Guthrie
4. In understanding Be Men, T.C Hammond
5. Summary of Christian Doctrines, L. Berkhof
6. Basic beliefs of Christianity, L.W Thompson
7. Pocket Guide to Christian Beliefs, I.H. Marshall
8. Creative Pocket Book Series, Creative Publishing
9. What the Bible teaches about the Holy Spirit - Peck.
10. Anointing, Stephen
11. When He comes, A. W. Tozer
12. The fullness of the Holy Spirit, Billy Graham
13. Things surely to be believed, S. English
14. Key words of the Christian Life, W. Wiersbe
15. The Christian Life, S.B. Ferguson
16. A Survey of Bible Doctrine, Charles A Ryrie
17. I want to be a Christian, J.I Packer
18. Knowing God, J.I Packer
19. Baptism and Fullness, J.RW Stott
20. The Holy Spirit, RA Torrey
21. The Last things, G.E. Ladd
22. The Holy Spirit and the Church, Lesslie New Begin
23. The Momentous Event, W.J Grier

24. The Baptism and Gifts of the Holy Spirit, Merrill F. Unger

25. Concise Theology, J.I Packer

26. He Saves, RT. Kendel

27. How to obtain Fullness of Power, RA Torrey

28. God has spoken, J.I. Packer

29. Basic Christianity, J.RW Stott

30. Know why you believe, Paul E. Little

31. Faith and Focus, by APEGF

32. The Doctrines that divide, Lutzer

33. Affirming your faith, Alister McGrath

34. The compact guide to the Christian Faith, J. Schwarz

35. What shall we believe? A. J. Appasamy

36. Understanding Theology, RT. Kendall

37. Why should anyone Believe Anything at All? James W. Sire

38. Unravelling the Big Questions about God, Kenneth Boa

39. Users' Guide to Christian Belief, Mark Stibbe

மாதிரி வேதாகம போதனை (கோட்பாட்டு) ஆய்வு (படிப்பு) - ஒட்டுமொத்த செயல்முறையின் விளக்கக்காட்சி

1. கடவுள் மீது சார்பு/ கற்பதற்கு திறந்த மனதோடிருத்தல்:

கடவுளின் சித்தம் மனிதனின் சித்தம் அல்ல.

நான் தேவனுடைய வார்த்தையைப் பின்பற்ற வேண்டும்.

(குறிப்பு: இந்த படிநிலை கண்ணுக்கு தெரியாதது, ஆனால் எப்போதும் மனத்தாழ்மையுடன் இருக்க வேண்டும் மற்றும் கருப்பொருளைப் பற்றி வேதாகமம் உண்மையில் என்ன சொல்கிறது என்பதை அறிந்து கொள்ள வேண்டும்)

2. தலைப்பு/ கருப்பொருள்:

கடவுளுடைய சித்தம்

3. பொருள், தொடர்புடைய சொற்கள் / ஒத்த சொற்கள் (மொழி அகராதி/ வேதாகம அகராதியைப் பயன்படுத்தி):

சித்தம் என்பது ஒரு ஆளுமை நனவுடன் தேர்வு செய்யவும் முடிவெடுக்கவும் உதவும் நிலையான மற்றும் தொடர்ச்சியான யோசனை அல்லது நோக்கமாகும்.

கடவுளின் சித்தம் என்பது மனிதகுலம் மற்றும் அவரது படைப்புகள் அனைத்திற்குமான கடவுளின் விருப்பம்.

(குறிப்பு: வரையறைகள் உண்மையாக இருக்க வேண்டிய அவசியமில்லை, வேதாகமம் உண்மையில் என்ன சொல்கிறது

என்பதைப் படித்த பிறகு அதற்கு சில சேர்த்தல், நீக்குதல் அல்லது மாற்றம் தேவைப்படலாம்)

சித்தத்திற்கான ஒத்த சொற்கள்- விருப்பம், ஆசை, யோசனை, எண்ணம்

தொடர்புடைய வார்த்தைகள்- நோக்கம், முன்னறிவிப்பு, முன்னறிவிப்பு, தேர்வு, முடிவு, மனிதனின் விருப்பம்

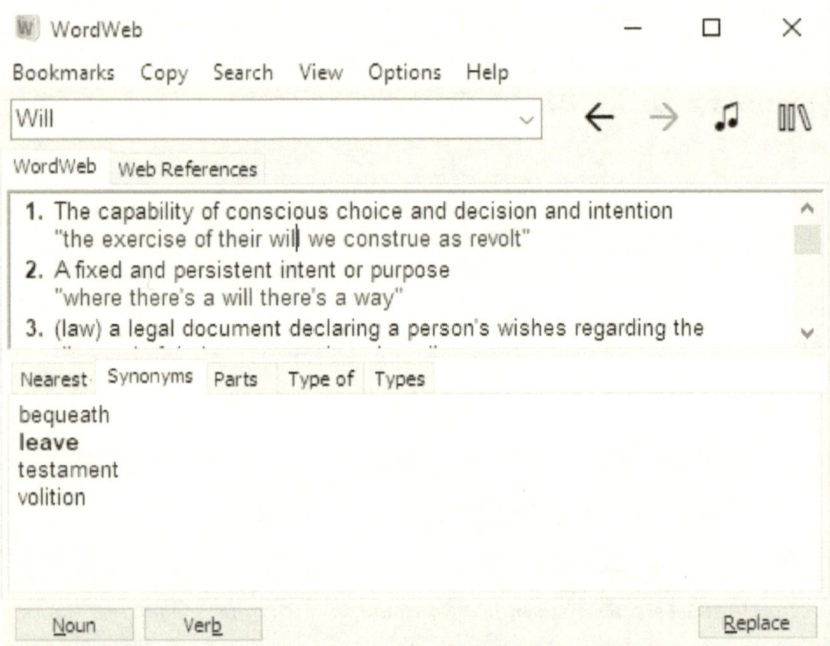

(ஏற்றுக்கொள்ளுதல்)

குறிப்பு: ஒத்த சொற்கள் கொடுக்கப்பட்ட வார்த்தைக்கு மாற்றாகப் பயன்படுத்தக்கூடிய சொற்கள், மேலும் தொடர்புடைய சொற்கள் நெருக்கமாக இணைக்கப்பட்ட சொற்களாகும், ஒரு காரணம் அல்லது விளைவுடன் தொடர்புடையதாக இருக்கலாம். மேலும், நீங்கள் ஆர்வமாக இருந்தால் மிகவும் விரிவான புரிதலுக்காக,

ஹீப்ரு/கிரேக்கத்தில் எந்த வார்த்தை(கள்) பயன்படுத்தப்படுகின்றன என்பதை நீங்கள் அறியலாம்.

4. பொதுவான யோசனைகள் மற்றும் கேள்விகள்:

அ 1 (அறிக்கை 1): மனிதனுக்கான கடவுளின் சித்தம் நிறைவேறும்.

அ 2 (அறிக்கை 2): ஒரு நபருக்கான கடவுளின் சித்தம் மற்றவர்களால் வெளிப்படுத்தப்படுகிறது.

கே 1 (கேள்வி 1): கடவுளின் சித்தம் அனைவரும் இரட்சிக்கப்பட வேண்டும் என்றால், ஏன் பலர் இரட்சிக்கப்படவில்லை?

கே 2 (கேள்வி 2): என்னைப் பற்றிய கடவுளின் சித்தத்தை நான் எப்படி அறிவேன்?

(**குறிப்பு:** நீங்கள் செயல்முறையை முழுமையாகப் புரிந்து கொண்ட பிறகு, படிநிலைகள் 1 முதல் 4 வரை குறிப்பிட்டபடி எழுதப்பட வேண்டியதில்லை, ஆனால் ஒரு தலைப்பைப் பற்றி படிக்கும் போது கருத்தியல் ரீதியாக சிந்திக்கலாம்)

5. கருப்பொருள் அல்லது தலைப்புடன் தொடர்புடைய வசனங்களைப் படித்தல்:

5.1 ஏற்கனவே அறியப்பட்ட வசனங்களை கண்டறிந்து அதைப் படித்தல்:

சுயபுத்தியின்மேல் சாயாமல், முழு இருதயத்தோடும் கர்த்தரில் நம்பிக்கையாக இருந்து, நம்முடைய வழிகளிலெல்லாம் அவரை நினைத்துக்கொள்ளும் போது அவர் நம்முடைய பாதைகளைச் செவ்வைப்படுத்துவார் (நீதிமொழிகள் 3:5-6).

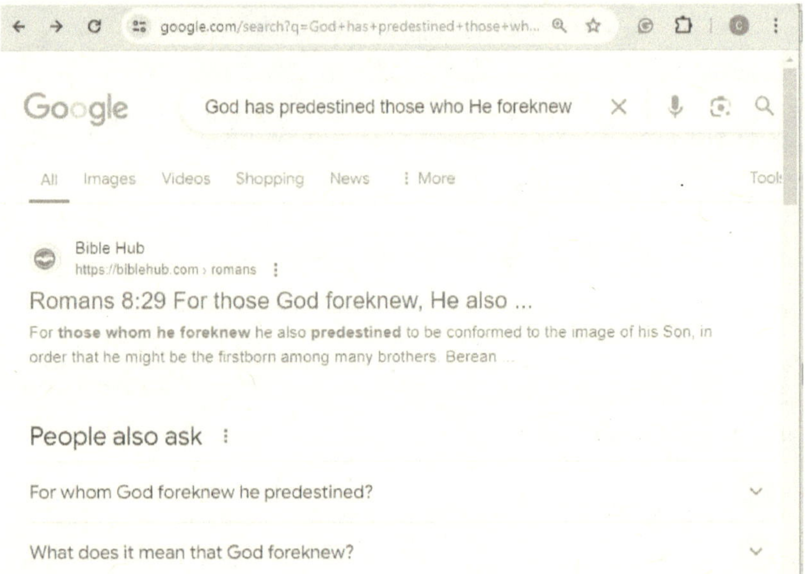

(**குறிப்பு:** மனதில் தோன்றிய சில வார்த்தைகளுடன் ஒரு வசனத்தைத் தேட ஆரம்பித்தேன், அந்த வசனம் ரோமர் 8: 29 என்று அறிந்தேன், ஆனால் அதைச் சூழலில் படிக்க முயற்சித்தபோது, ரோமர் 8: 18-30 இல் உள்ள வசனங்களின் போதனைகள் தலைப்புக்கு ஏற்ற நிறைய போதனைகளோடு தொடர்பானவை என்று அறிந்து படித்தேன்)

இந்தக்காலத்துப் பாடுகள் இனி நம்மிடம் வெளிப்படும் மகிமைக்கு ஒப்பிடக்கூடியவைகள் அல்ல. மேலும் தேவனுடைய குமாரர்கள் வெளிப்படுத்தப்படுவதற்காக தேவனுடைய படைப்புகள் அதிக ஆவலோடு காத்துக்கொண்டிருக்கிறது. அது என்னவென்றால்

படைப்புகள் அழிவிற்குரிய அடிமைத்தனத்தில் இருந்து விடுதலையாக்கப்பட்டு, தேவனுடைய பிள்ளைகளுக்குரிய மகிமையான சுதந்திரத்தைப் பெற்றுக்கொள்ளும் என்கிற நம்பிக்கையோடு, அந்தப் படைப்புகள் சொந்த இஷ்டத்தினாலே இல்லை, கீழ்ப்படுத்தினவராலேயே மாயைக்குக் கீழ்ப்பட்டிருக்கிறது. எனவே, நமக்குத் தெரிந்திருக்கிறபடி, இதுவரைக்கும் படைப்புகள் எல்லாம் ஒன்றாகத் தவித்துப் பிரசவவேதனைப்படுகிறது. அதுவும் இல்லாமல், ஆவியானவரின் முதற்பலன்களைப் பெற்ற நாமும் நம்முடை ய சரீர மீட்பாகிய பிள்ளை என்கிற உரிமை வருகிறதற்குக் காத்திருந்து, நமக்குள்ளே தவிக்கிறோம். அந்த நம்பிக்கையினாலே நாம் இரட்சிக்கப்பட்டிருக்கிறோம். பார்க்கப்படுகிறதை நம்புகிறது நம்பிக்கை இல்லை; ஒருவன் தான் பார்க்காததை நம்பினால், அது வருகிறதற்குப் பொறுமையோடு காத்திருப்பான் (ரோமர் 8:18-25).

தேவனுடைய ஆவியானவர் விசுவாசிகளுக்கு உதவுகிறார் மற்றும் தேவனுடைய சித்தத்தின்படி அவர்களுக்காக பரிந்து பேசுகிறார் (ரோமர் 8:26).

தேவனுடைய விருப்பத்தின்படியும் அவருடைய தீர்மானத்தின்படியும் அழைக்கப்பட்டவர்களாக தேவனிடம் அன்பாக இருக்கிறவர்களுக்கு எல்லாம் நன்மைக்குரியவைகளாக நடக்கும். தம்முடைய குமாரன் அநேக சகோதரர்களுக்குள்ளே முதற்பேறானவராக இருப்பதற்காக, தேவன் எவர்களை முன்னறிந்தாரோ அவர்களைத் தமது குமாரனுடைய சாயலுக்கு ஒப்பாக இருப்பதற்கு முன்குறித்திருக்கிறார்; எவர்களை முன்குறித்தாரோ அவர்களை அழைத்தும் இருக்கிறார்; எவர்களை அழைத்தாரோ அவர்களை நீதிமான்களாக்கியும் இருக்கிறார்;

எவர்களை நீதிமான்களாக்கினாரோ அவர்களை மகிமைப்படுத்தியும் இருக்கிறார் (ரோமர் 8: 27-30).

தேவன் எல்லாவற்றையும் நல்லதாக உண்டாக்கினார் (ஆதி 1 ஆம் அதிகாரம்), மேலும் தேவன் மனிதனை ஆணும் பெண்ணுமாக தனது சாயலில் பூமியிலுள்ள எல்லாவற்றின் மீதும் ஆதிக்க செலுத்த உருவாக்கினார். அவர்கள் பலுகிப் பெருகி, பூமியை நிரப்பி, அதைக் கீழ்ப்படுத்த கட்டளைக் கொடுத்தார் (ஆதி. 1:26-28).

ஒரு விசுவாசி தன் வாழ்க்கையில் தேவன் கிரியைச் செய்ய அனுமதிப்பதற்கு தன்னை ஒரு ஜீவனுள்ள பலியாக பரிசுத்தமாகவும் கடவுள் ஏற்றுக்கொள்ளக்கூடியவராகவும் ஒப்புக்கொடுக்கவேண்டும் இதுவே ஒருவர் செய்யத்தக்க புத்தியுள்ள ஆராதனை. ஒரு விசுவாசி இந்த உலகத்திற்கேற்ற வேஷம் போடாமல், தேவனுடைய நன்மையும் பிரியமும் பரிபூரணமுமான விருப்பம் என்னவென்று பகுத்தறிவதற்காக, தன்னுடைய மனம் புதிதாக மாறுகிறதினாலே மறுரூபமாவார் (ரோமர் 12: 1, 2).

5.2 தேடிக் கண்டறிந்து அறியப்பட்ட வசனங்களைப் படித்தல் (கன்கார்டன்சஸ் (Concordances) / வேதாகம ஆப்ஸ்களைப் (Apps) பயன்படுத்தி):

கடவுளுடைய சித்தத்தின்படி செய்வது ஒருவரை இயேசுவோடு நெருங்கியவராக ஆக்குகிறது (மாற்கு 3:35).

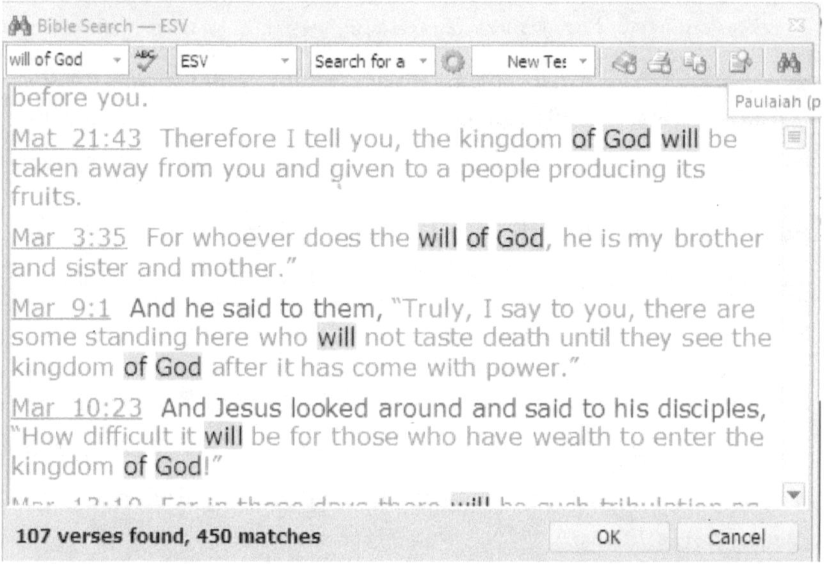

ஆரம்பத்தில் எதிர்த்து நிற்கும் ஒரு நபர் பின்னர் நீதியின் வழியைப் பின்பற்றுபவராக மாறினால் கடவுளின் சித்தத்தைச் செய்கிறார், மாறாக நீதியின் வழியை தான் பின்பற்றுபவன் என்று சொல்லியும், உண்மையில் அதைச் செய்யவில்லை எனில் அந்த நபர் கடவுளின் சித்தத்தைச் செய்வதில்லை (மத் 21: 28-32).

இயேசுவை ஏற்றுக்கொள்பவர்கள், அவருடைய நாமத்தை விசுவாசித்து, கடவுளின் பிள்ளைகளாக மாறுவதற்கு கடவுள் உரிமை கொடுத்துள்ளார், அவர்கள் இரத்தத்தினாலோ, மாம்சத்தினாலோ, மனுஷனுடைய சித்தத்தினாலோ அல்ல, தேவனால் பிறந்தவர்கள் (யோவான் 1:12, 13).

கடவுளுக்கு சித்தமானால் தான் திரும்பி வருவதாக பவுல் தெரிவித்தார் (அப் 18:21).

“நம்முடைய முன்னோர்களின் தேவனின் சித்தத்தை நீ தெரிந்துகொள்ளவும், நீதியுள்ளவரை தரிசிக்கவும், அவருடைய

உயர்வான வாய்மொழியைக் கேட்கவும், அவர் உன்னை முன்னமே தெரிந்துகொண்டார். நீ பார்த்தவைகளையும் கேட்டவைகளையும் குறித்துச் எல்லா மனிதர்களுக்கு முன்பாக அவருக்குச் சாட்சியாக இருப்பாய்", என்று அனனியா பவுலிடம் கூறினார் (அப் 22 : 14, 15).

பவுல் தன்னை கிறிஸ்து இயேசுவின் அப்போஸ்தலன் என்று கடவுளின் விருப்பத்தால் தெரிவிக்கிறார் (1 கொரி 1: 1; 2 கொரி 1: 1).

மாசிடோனியா தேவாலயங்கள் வறுமையின் மத்தியில் தாராளமாகக் கொடுத்தன, முதலில் தங்களைக் கொடுத்தன, பின்னர் கடவுளின் விருப்பப்படி பவுலுக்கும் அவருடைய தோழர்களுக்கும் கொடுத்தனர் (2 கொரி 8: 5).

பவுல் தனது கடிதத்தை கடவுளின் விருப்பப்படி எழுதுவதாகக் கூறுகிறார் (எபி 1: 1; கொலோ 1: 1, 2; 2 தீமோ 1: 1).

வேலைக்காரர்கள் கிறிஸ்துவிற்குக் கீழ்ப்படிகிறதுபோல, சரீரத்தின்படி தங்களுடைய எஜமான்களாக இருக்கிறவர்களுக்கும் பயத்தோடும் மரியாதையோடும் நேர்மையுள்ள மனதோடும் கீழ்ப்படிந்து; மனிதர்களுக்குப் பிரியமாக இருக்கவிரும்புகிறவர்களாக அவர்களுடைய பார்வைக்கு ஊழியம் செய்யாமல், கிறிஸ்துவின் ஊழியக்காரர்களாக, மனப்பூர்வமாக தேவனுடைய விருப்பத்தின்படி செய்ய வேண்டும். அடிமையானவன் என்றாலும், சுதந்திரமானவன் என்றாலும், அவனவன் செய்கிற நன்மையின்படியே கர்த்தரிடத்தில் பலனை பெறுவான் என்று அறிந்து, மனிதருக்கென்று ஊழியம் செய்யாமல், கர்த்தருக்கென்றே நல்லமனதோடு ஊழியம் செய்யுங்கள் (எபே. 6:5-8).

கொலோசெயர்களில் ஒருவரான கிறிஸ்து இயேசுவின் ஊழியரான எப்பாப்பிரா, அவர்கள் முதிர்ச்சியடைந்தவர்களாகவும், தேவனுடைய சித்தம் அனைத்திலும் முழுமையாக உறுதியளிக்கப்பட்டவர்களாகவும் இருக்க வேண்டும் என்று தனது ஜெபங்களில் போராடினார் (கொலோ 4:12).

பரிசுத்தமுள்ளவர்களாக வேண்டுமென்பதே தேவனுடைய விருப்பமாக இருக்கிறது. அந்தப்படி, வேசித்தனத்திற்கு விலகியிருந்து, தேவனை அறியாத மக்களைப்போல மோக இச்சைக்குட்படாமல், அவனவன் தன்தன் சரீரத்தைப் பரிசுத்தமாகவும் மரியாதையாகவும் ஆண்டுகொள்ளும்படி அறிந்து: ஒருவனும் தன் சகோதரனை ஏமாற்றாமலும் கெடுதல் செய்யாமலும் இருக்க வேண்டும்; இப்படிப்பட்டக் காரியங்கள் எல்லாவற்றையும்குறித்துக் கர்த்தர் நீதியை நிலைநாட்டுகிறவராக இருக்கிறார் (1 தெச 4: 3-6).

சகோதரர்களுக்குள்ளே கடுமையாக உழைத்து, கர்த்தருக்குள் தங்களை விசாரணை செய்கிறவர்களாக இருந்து, தங்களுக்குப் புத்திசொல்லுகிறவர்களை மதித்து, அவர்களுடைய செயல்களின் அடிப்படையில் அவர்களை மிகவும் அன்பாக நினைத்துக்கொள்ள வேண்டும். தங்களுக்குள்ளே சமாதானமாக இருத்தல், ஒழுங்கில்லாதவர்களுக்குப் புத்திசொல்லுதல், திடனற்றவர்களைத் தேற்றுதல், பலவீனரைத் தாங்குதல், எல்லோரிடத்திலும் நீடியசாந்தமாக இருத்தல், ஒருவனும் மற்றொருவன் செய்யும் தீமைக்குத் தீமைசெய்யாதபடி பார்த்தல்; தங்களுக்குள்ளும் மற்ற அனைவருக்குள்ளும் எப்பொழுதும் நன்மைசெய்ய விரும்புதல், எப்பொழுதும் சந்தோஷமாக இருத்தல், இடைவிடாமல் ஜெபம்செய்தல், எல்லாவற்றிலேயும் நன்றி சொல்லுதல் ஆகியவை

கிறிஸ்து இயேசுவிற்குள் தேவனுடைய விருப்பமாக இருக்கிறது (1 தெச 5:12-18).

எல்லா மனிதருக்காகவும் விண்ணப்பங்களையும் ஜெபங்களையும் வேண்டுதல்களையும் நன்றிசெலுத்துதலையும் செய்யவேண்டும்; எல்லாப் பக்தியோடும், நல்லொழுக்கத்தோடும், சண்டை இல்லாமல் அமைதியான வாழ்க்கை வாழும்படிக்கு, ராஜாக்களுக்காகவும், அதிகாரமுள்ள எல்லோருக்காகவும் அப்படியே செய்யவேண்டும். இரட்சகராகிய தேவனுக்குமுன்பாக அது நன்மையும் பிரியமுமாக இருக்கிறது. எல்லா மனிதர்களும் இரட்சிக்கப்படவும், சத்தியத்தை அறிகிற அறிவை அடையவும், அவர் விருப்பமுள்ளவராக இருக்கிறார் (1 தீமோ. 2:1-4).

தேவதூதர்கள் மூலமாகச் சொல்லப்பட்ட வசனத்திற்கு எதிரான எந்தச் செய்கைக்கும் கீழ்ப்படியாமைக்கும் நீதியான தண்டனை வரத்தக்கதாக அவர்களுடைய வசனம் உறுதிப்படுத்தப்பட்டிருக்கிறது. முதலாவது கர்த்தர் மூலமாக அறிவிக்கப்பட்டு, பின்பு அவரிடம் கேட்டவர்களாலே நமக்கு உறுதியாக்கப்பட்டதும், அற்புதங்களினாலும், அதிசயங்களினாலும் பலவிதமான பலத்த செய்கைகளினாலும், தம்முடைய விருப்பத்தின்படி பகிர்ந்துகொடுத்த பரிசுத்த ஆவியின் வரங்களினாலும், தேவன்தாமே சாட்சி கொடுத்ததுமாக இருக்கிற இவ்வளவு பெரிதான இரட்சிப்பைக்குறித்து நாம் கவலை இல்லாமல் இருக்கக்கூடாது (எபி 2: 1-4).

இயேசு தேவனுடைய சித்தத்தைச் செய்ய வந்தார் (எபி 10:7).

நன்மைசெய்கிறதினாலே புத்தியீனமான மனிதர்களுடைய வார்த்தைகளை அடக்குவது தேவனுடைய விருப்பமாக இருக்கிறது. (1 பேதுரு 2:15).

கிறிஸ்து நமக்காக சரீரத்திலே பாடுகள்பட்டதினால், அப்படிப்பட்ட சிந்தையை ஆயுதமாக அணிந்துகொள்வோம். ஏனென்றால், சரீரத்தில் பாடுபடுகிறவன் இனி சரீரத்தில் இருக்கும் காலம்வரைக்கும் மனிதர்களுடைய இச்சைகளின்படி பிழைக்காமல் தேவனுடைய விருப்பத்தின்படியே பிழைப்பதற்காகப் பாவங்களைவிட்டு விலகியிருப்பான் (1 பேதுரு 4: 1, 2).

தீர்க்கதரிசனமானது ஒருகாலத்திலும் மனிதர்களுடைய விருப்பத்தினாலே உண்டாகவில்லை; தேவனுடைய பரிசுத்த மனிதர்கள் பரிசுத்த ஆவியானவராலே ஏவப்பட்டுப் பேசினார்கள் (2 பேதுரு 1:21).

தேவனுடைய சித்தத்தின்படி செய்கிறவன் என்றென்றும் நிலைத்திருப்பான் (1 யோவான் 2:17).

கர்த்தர் தான் தேர்ந்தெடுக்கும் காரியங்களைப் பின்பற்றும்படி கட்டளைகளைக் கொடுத்தார் (உபா 16:5, 6, 16; 17:8; 26:2).

தேவனாகிய கர்த்தருக்குப் பொருத்தனை செய்திருந்தால், அதைச் செலுத்தத் தாமதம்செய்ய கூடாது, தேவனாகிய கர்த்தர் அதை நிச்சயமாக அந்த நபரிடம் கேட்பார்; அது அவருக்குப் பாவமாகும் (உபா 23: 21).

தேவனாகிய கர்த்தரின் கட்டளைகளைக் கைக்கொண்டு, அவருடைய வழிகளில் நடக்கும்போது, கர்த்தர் வாக்களித்தபடியே, தமக்குப் பரிசுத்த மக்களாக நிலைப்படுத்துவார் (உபா 28:9).

தேவனாகிய கர்த்தரின் கட்டளைகளைக் கைக்கொள்ளவும் அவைகளின்படி நடக்கவும் அவைகளுக்குச் செவிகொடுத்துவந்தால், கர்த்தர் வாலாக்காமல் தலையாக்குவார், ஒரு நபர் கீழாகாமல் மேலாவான் (உபா 28:14).

ஒரு நபர் கர்த்தரின் சத்தத்திற்குச் செவிகொடுத்து, கற்பிக்கிற அவருடைய எல்லாக் கற்பனைகளின்படியும் செய்தால், நன்மை உண்டாகும்படி தேவனாகிய கர்த்தர் அந்த நபரின் கைகள் செய்யும் எல்லா வேலைகளிலும், கர்ப்பத்தின் பிறப்பிலும், மிருகஜீவனின் பலனிலும், நிலத்தின் பலனிலும் பரிபூரணமுண்டாகச் செய்வார். தேவனாகிய கர்த்தருடைய சத்தத்திற்குச் செவிகொடுத்து, நியாயப்பிரமாண புத்தகத்தில் எழுதப்பட்டிருக்கிற அவருடைய கற்பனைகளையும் அவருடைய கட்டளைகளையும் கைக்கொள்ளும்போதும், தேவனாகிய கர்த்தரிடத்தில் முழு இருதயத்தோடும் முழு ஆத்துமாவோடும் திரும்பும்போதும், கர்த்தர் முற்பிதாக்கள்மேல் மகிழ்ச்சியாயிருந்ததுபோல, அந்த நபருக்கு நன்மை உண்டாக மீண்டும் மகிழ்ச்சியாயிருப்பார் (உபா 30: 8-10).

ஒரு நபர் பிழைத்து, பெருகுவதற்கும், சொந்தமாக்கப்போகிற தேசத்தில் தேவனாகிய கர்த்தர் அவரை ஆசீர்வதிப்பதற்கும், அந்த நபர் தேவனாகிய கர்த்தரில் அன்புசெலுத்தவும், அவருடைய வழிகளில் நடக்கவும், அவருடைய கற்பனைகளையும், கட்டளைகளையும், நியாயங்களையும் கைக்கொள்ளவும் வேண்டும் (உபா 30:16).

மனிதனுக்கு விரோதமாக மனிதன் பாவம்செய்தால், நியாயாதிபதிகள் அதைத் தீர்ப்பார்கள்; ஒருவன் யெகோவாவுக்கு விரோதமாகப் பாவம்செய்தால், அவனுக்காக விண்ணப்பம்

செய்கிறவன் யார் என்றான்; அவர்களோ தங்களுடைய தகப்பனுடைய சொல்லைக்கேட்காமல் போனார்கள்; அவர்களைக் கொலைசெய்வதற்கு யெகோவா சித்தமாக இருந்தார் (1 சாமு 2:25).

கடவுள் இரக்கத்தை விரும்புகிறார், பலியை அல்ல, சட்டங்களையும் மரபுகளையும் பின்பற்றுவதையும் அல்ல (மத் 12: 1-8).

உலகத்தோற்றத்திற்கு முன் தேவன் இயேசுவில் அன்பாக இருந்தபடியினால், தேவன் இயேசுவுக்குத் தந்த மகிமையை தேவன் இயேசுவுக்குத் தந்தவர்கள் பார்க்கும்படியாக, அவர் எங்கே இருக்கிறாரோ அங்கே அவர்களும் அவருடனே இருக்கவிரும்பினார் (யோவான் 17:24).

கர்த்தர் தனக்காக யாவையும் செய்து முடிப்பார் என்று தாவீது பாராட்டுகிறார் (சங்கீதம் 138:8).

கர்த்தர் எல்லாவற்றையும் தமக்கென்று படைத்தார்; தீங்குநாளுக்காகத் துன்மார்க்கனையும் உண்டாக்கினார் (நீதிமொழிகள் 16:4).

(**குறிப்பு:** தலைப்புடன் தொடர்புடைய மேலும் பல வசனங்கள் உள்ளன, பைபிளின் முழுமையான போதனைக்காக அவற்றையும் சேர்த்துப் படிக்கலாம்)

6. யோசனைகள், கேள்விகள் மற்றும் அடையாளம் காணப்பட்ட வசனங்களின் அடிப்படையில் துணை தலைப்புகள்/ கருப்பொருள்கள்

i. கடவுளுடைய சித்தம் (ஒரு நபருக்கான கடவுளுடைய சித்தம் கடவுளின் வார்த்தையின் மூலம் கடவுளிடமிருந்து

வெளிப்படுத்தப்படுகிறது மற்றும் அவருடைய கட்டளைகளுக்குக் கீழ்ப்படிவதன் மூலம் ஒரு நபர் அதைக் கண்டுபிடிக்க முடியும் (அ2 & கே2):

பரிசுத்தமுள்ளவர்களாக வேண்டுமென்பதே தேவனுடைய விருப்பமாக இருக்கிறது. அந்தப்படி, வேசித்தனத்திற்கு விலகியிருந்து, தேவனை அறியாத மக்களைப்போல மோக இச்சைக்குட்படாமல், அவனவன் தன்தன் சரீரத்தைப் பரிசுத்தமாகவும் மரியாதையாகவும் ஆண்டுகொள்ளும்படி அறிந்து: ஒருவனும் தன் சகோதரனை ஏமாற்றாமலும் கெடுதல் செய்யாமலும் இருக்க வேண்டும்; இப்படிப்பட்டக் காரியங்கள் எல்லாவற்றையும்குறித்துக் கர்த்தர் நீதியை நிலைநாட்டுகிறவராக இருக்கிறார் (1 தெச 4: 3-6).

சகோதரர்களுக்குள்ளே கடுமையாக உழைத்து, கர்த்தருக்குள் தங்களை விசாரணை செய்கிறவர்களாக இருந்து, தங்களுக்குப் புத்திசொல்லுகிறவர்களை மதித்து, அவர்களுடைய செயல்களின் அடிப்படையில் அவர்களை மிகவும் அன்பாக நினைத்துக்கொள்ள வேண்டும். தங்களுக்குள்ளே சமாதானமாக இருத்தல், ஒழுங்கில்லாதவர்களுக்குப் புத்திசொல்லுதல், திடனற்றவர்களைத் தேற்றுதல், பலவீனரைத் தாங்குதல், எல்லோரிடத்திலும் நீடியசாந்தமாக இருத்தல், ஒருவனும் மற்றொருவன் செய்யும் தீமைக்குத் தீமைசெய்யாதபடி பார்த்தல்; தங்களுக்குள்ளும் மற்ற அனைவருக்குள்ளும் எப்பொழுதும் நன்மைசெய்ய விரும்புதல், எப்பொழுதும் சந்தோஷமாக இருத்தல், இடைவிடாமல் ஜெபம்செய்தல், எல்லாவற்றிலேயும் நன்றி சொல்லுதல் ஆகியவை

கிறிஸ்து இயேசுவிற்குள் தேவனுடைய விருப்பமாக இருக்கிறது (1 தெச 5:12-18).

மனிதனுக்கு விரோதமாக மனிதன் பாவம்செய்தால், நியாயாதிபதிகள் அதைத் தீர்ப்பார்கள்; ஒருவன் யெகோவாவுக்கு விரோதமாகப் பாவம்செய்தால், அவனுக்காக விண்ணப்பம் செய்கிறவன் யார் என்றான்; அவர்களோ தங்களுடைய தகப்பனுடைய சொல்லைக்கேட்காமல் போனார்கள்; அவர்களைக் கொலைசெய்வதற்கு யெகோவா சித்தமாக இருந்தார் (1 சாமு 2:25).

கடவுள் இரக்கத்தை விரும்புகிறார், பலியை அல்ல, சட்டங்களையும் மரபுகளையும் பின்பற்றுவதையும் அல்ல (மத் 12: 1-8).

ii. கடவுளுடைய சித்தத்தின் முக்கியத்துவம்:

சுயபுத்தியின்மேல் சாயாமல், முழு இருதயத்தோடும் கர்த்தரில் நம்பிக்கையாக இருந்து, நம்முடைய வழிகளிலெல்லாம் அவரை நினைத்துக்கொள்ளும் போது அவர் நம்முடைய பாதைகளைச் செவ்வைப்படுத்துவார் (நீதிமொழிகள் 3:5-6).

கடவுளுடைய சித்தத்தின்படி செய்வது ஒருவரை இயேசுவோடு நெருங்கியவராக ஆக்குகிறது (மாற்கு 3:35).

இயேசுவை ஏற்றுக்கொள்பவர்கள், அவருடைய நாமத்தை விசுவாசித்து, கடவுளின் பிள்ளைகளாக மாறுவதற்கு கடவுள் உரிமை கொடுத்துள்ளார், அவர்கள் இரத்தத்தினாலோ, மாம்சத்தினாலோ, மனுஷனுடைய சித்தத்தினாலோ அல்ல, தேவனால் பிறந்தவர்கள் (யோவான் 1:12, 13).

“நம்முடைய முன்னோர்களின் தேவனின் சித்தத்தை நீ தெரிந்துகொள்ளவும், நீதியுள்ளவரை தரிசிக்கவும், அவருடைய உயர்வான வாய்மொழியைக் கேட்கவும், அவர் உன்னை முன்னமே தெரிந்துகொண்டார். நீ பார்த்தவைகளையும் கேட்டவைகளையும் குறித்துச் எல்லா மனிதர்களுக்கு முன்பாக அவருக்குச் சாட்சியாக இருப்பாய்”, என்று அனனியா பவுலிடம் கூறினார் (அப் 22 : 14, 15).

பவுல் தன்னை கிறிஸ்து இயேசுவின் அப்போஸ்தலன் என்று கடவுளின் விருப்பத்தால் தெரிவிக்கிறார் (1 கொரி 1: 1; 2 கொரி 1: 1).

கொலோசெயர்களில் ஒருவரான கிறிஸ்து இயேசுவின் ஊழியரான எப்பாப்பிரா, அவர்கள் முதிர்ச்சியடைந்தவர்களாகவும், தேவனுடைய சித்தம் அனைத்திலும் முழுமையாக உறுதியளிக்கப்பட்டவர்களாகவும் இருக்க வேண்டும் என்று தனது ஜெபங்களில் போராடினார் (கொலோ 4:12).

தேவதூதர்கள் மூலமாகச் சொல்லப்பட்ட வசனத்திற்கு எதிரான எந்தச் செய்கைக்கும் கீழ்ப்படியாமைக்கும் நீதியான தண்டனை வரத்தக்கதாக அவர்களுடைய வசனம் உறுதிப்படுத்தப்பட்டிருக்கிறது. முதலாவது கர்த்தர் மூலமாக அறிவிக்கப்பட்டு, பின்பு அவரிடம் கேட்டவர்களாலே நமக்கு உறுதியாக்கப்பட்டதும், அற்புதங்களினாலும், அதிசயங்களினாலும் பலவிதமான பலத்த செய்கைகளினாலும், தம்முடைய விருப்பத்தின்படி பகிர்ந்துகொடுத்த பரிசுத்த ஆவியின் வரங்களினாலும், தேவன்தாமே சாட்சி கொடுத்ததுமாக இருக்கிற இவ்வளவு பெரிதான இரட்சிப்பைக்குறித்து நாம் கவலை இல்லாமல் இருக்கக்கூடாது (எபி 2: 1-4).

iii மனிதனின் விருப்பமும் கடவுளின் நோக்கமும்:

இந்தக்காலத்துப் பாடுகள் இனி நம்மிடம் வெளிப்படும் மகிமைக்கு ஒப்பிடக்கூடியவைகள் அல்ல. மேலும் தேவனுடைய குமாரர்கள் வெளிப்படுத்தப்படுவதற்காக தேவனுடைய படைப்புகள் அதிக ஆவலோடு காத்துக்கொண்டிருக்கிறது. அது என்னவென்றால் படைப்புகள் அழிவிற்குரிய அடிமைத்தனத்தில் இருந்து விடுதலையாக்கப்பட்டு, தேவனுடைய பிள்ளைகளுக்குரிய மகிமையான சுதந்திரத்தைப் பெற்றுக்கொள்ளும் என்கிற நம்பிக்கையோடு, அந்தப் படைப்புகள் சொந்த இஷ்டத்தினாலே இல்லை, கீழ்ப்படுத்தினவராலேயே மாயைக்குக் கீழ்ப்பட்டிருக்கிறது. எனவே, நமக்குத் தெரிந்திருக்கிறபடி, இதுவரைக்கும் படைப்புகள் எல்லாம் ஒன்றாகத் தவித்துப் பிரசவவேதனைப்படுகிறது. அதுவும் இல்லாமல், ஆவியானவரின் முதற்பலன்களைப் பெற்ற நாமும் நம்முடை ய சரீர மீட்பாகிய பிள்ளை என்கிற உரிமை வருகிறதற்குக் காத்திருந்து, நமக்குள்ளே தவிக்கிறோம். அந்த நம்பிக்கையினாலே நாம் இரட்சிக்கப்பட்டிருக்கிறோம். பார்க்கப்படுகிறதை நம்புகிறது நம்பிக்கை இல்லை; ஒருவன் தான் பார்க்காததை நம்பினால், அது வருகிறதற்குப் பொறுமையோடு காத்திருப்பான் (ரோமர் 8:18-25).

இயேசு தேவனுடைய சித்தத்தைச் செய்ய வந்தார் (எபி 10:7).

நன்மை செய்வதன் மூலம், ஒரு நபர் முட்டாள் மக்களின் அறியாமையை அமைதிப்படுத்துவார், ஏனென்றால் அது கடவுளின் விருப்பம் (1 பேதுரு 2:15).

தீர்க்கதரிசனமானது ஒருகாலத்திலும் மனிதர்களுடைய விருப்பத்தினாலே உண்டாகவில்லை; தேவனுடைய பரிசுத்த மனிதர்கள் பரிசுத்த ஆவியானவராலே ஏவப்பட்டுப் பேசினார்கள் (2 பேதுரு 1:21).

iv. கடவுளின் சித்தத்தில் இருத்தல் (மனிதன் கடவுளுடைய சித்தத்திற்கு அடிபணிந்தால் மட்டுமே அவனுக்கான கடவுளுடைய சித்தம் நிறைவேறும் (அ1 & கே1):

தேவனுடைய ஆவியானவர் விசுவாசிகளுக்கு உதவுகிறார் மற்றும் தேவனுடைய சித்தத்தின்படி அவர்களுக்காக பரிந்து பேசுகிறார் (ரோமர் 8:26).

ஒரு விசுவாசி தன் வாழ்க்கையில் தேவன் கிரியைச் செய்ய அனுமதிப்பதற்கு தன்னை ஒரு ஜீவனுள்ள பலியாக பரிசுத்தமாகவும் கடவுள் ஏற்றுக்கொள்ளக்கூடியவராகவும் ஒப்புக்கொடுக்கவேண்டும் இதுவே ஒருவர் செய்யத்தக்க புத்தியுள்ள ஆராதனை. ஒரு விசுவாசி இந்த உலகத்திற்கேற்ற வேஷம் போடாமல், தேவனுடைய நன்மையும் பிரியமும் பரிபூரணமுமான விருப்பம் என்னவென்று பகுத்தறிவதற்காக, தன்னுடைய மனம் புதிதாக மாறுகிறதினாலே மறுரூபமாவார் (ரோமர் 12: 1, 2).

ஆரம்பத்தில் எதிர்த்து நிற்கும் ஒரு நபர் பின்னர் நீதியின் வழியைப் பின்பற்றுபவராக மாறினால் கடவுளின் சித்தத்தைச் செய்கிறார், மாறாக நீதியின் வழியை தான் பின்பற்றுபவன் என்று சொல்லியும், உண்மையில் அதைச் செய்யவில்லை எனில் அந்த நபர் கடவுளின் சித்தத்தைச் செய்வதில்லை (மத் 21: 28-32).

கிறிஸ்து நமக்காக சரீரத்திலே பாடுகள்பட்டதினால், அப்படிப்பட்ட சிந்தையை ஆயுதமாக அணிந்துகொள்வோம். ஏனென்றால், சரீரத்தில் பாடுபடுகிறவன் இனி சரீரத்தில் இருக்கும் காலம்வரைக்கும் மனிதர்களுடைய இச்சைகளின்படி பிழைக்காமல் தேவனுடைய விருப்பத்தின்படியே பிழைப்பதற்காகப் பாவங்களைவிட்டு விலகியிருப்பான் (1 பேதுரு 4: 1, 2).

தேவனுடைய சித்தத்தின்படி செய்கிறவன் என்றென்றும் நிலைத்திருப்பான் (1 யோவான் 2:17).

கர்த்தர் தான் தேர்ந்தெடுக்கும் காரியங்களைப் பின்பற்றும்படி கட்டளைகளைக் கொடுத்தார் (உபா 16:5, 6, 16; 17:8; 26:2).

V. கடவுளின் நோக்கமும் விருப்பமும்:

தேவனுடைய விருப்பத்தின்படியும் அவருடைய தீர்மானத்தின்படியும் அழைக்கப்பட்டவர்களாக தேவனிடம் அன்பாக இருக்கிறவர்களுக்கு எல்லாம் நன்மைக்குரியவைகளாக நடக்கும். தம்முடைய குமாரன் அநேக சகோதரர்களுக்குள்ளே முதற்பேறானவராக இருப்பதற்காக, தேவன் எவர்களை முன்னறிந்தாரோ அவர்களைத் தமது குமாரனுடைய சாயலுக்கு ஒப்பாக இருப்பதற்கு முன்குறித்திருக்கிறார்; எவர்களை முன்குறித்தாரோ அவர்களை அழைத்தும் இருக்கிறார்; எவர்களை அழைத்தாரோ அவர்களை நீதிமான்களாக்கியும் இருக்கிறார்; எவர்களை நீதிமான்களாக்கினாரோ அவர்களை மகிமைப்படுத்தியும் இருக்கிறார் (ரோமர் 8: 27-30).

தேவன் எல்லாவற்றையும் நல்லதாக உண்டாக்கினார் (ஆதி 1 ஆம் அதிகாரம்), மேலும் தேவன் மனிதனை ஆணும் பெண்ணுமாக தனது சாயலில் பூமியிலுள்ள எல்லாவற்றின் மீதும் ஆதிக்க செலுத்த உருவாக்கினார். அவர்கள் பலுகிப் பெருகி, பூமியை நிரப்பி, அதைக் கீழ்ப்படுத்த கட்டளைக் கொடுத்தார் (ஆதி. 1:26-28).

உலகத்தோற்றத்திற்கு முன் தேவன் இயேசுவில் அன்பாக இருந்தபடியினால், தேவன் இயேசுவுக்குத் தந்த மகிமையை தேவன் இயேசுவுக்குத் தந்தவர்கள் பார்க்கும்படியாக, அவர் எங்கே

இருக்கிறாரோ அங்கே அவர்களும் அவருடனே இருக்கவிரும்பினார் (யோவான் 17:24).

கர்த்தர் தனக்காக யாவையும் செய்து முடிப்பார் என்று தாவீது பாராட்டுகிறார் (சங்கீதம் 138:8).

கர்த்தர் எல்லாவற்றையும் தமக்கென்று படைத்தார்; தீங்குநாளுக்காகத் துன்மார்க்கனையும் உண்டாக்கினார் (நீதிமொழிகள் 16:4).

எல்லா மனிதருக்காகவும் விண்ணப்பங்களையும் ஜெபங்களையும் வேண்டுதல்களையும் நன்றிசெலுத்துதலையும் செய்யவேண்டும்; எல்லாப் பக்தியோடும், நல்லொழுக்கத்தோடும், சண்டை இல்லாமல் அமைதியான வாழ்க்கை வாழும்படிக்கு, ராஜாக்களுக்காகவும், அதிகாரமுள்ள எல்லோருக்காகவும் அப்படியே செய்யவேண்டும். இரட்சகராகிய தேவனுக்குமுன்பாக அது நன்மையும் பிரியமுமாக இருக்கிறது. எல்லா மனிதர்களும் இரட்சிக்கப்படவும், சத்தியத்தை அறிகிற அறிவை அடையவும், அவர் விருப்பமுள்ளவராக இருக்கிறார் (1 தீமோ. 2:1-4).

Vi. கடவுளுடைய சித்தத்திற்கு சமர்ப்பித்தல்:

தேவனாகிய கர்த்தருக்குப் பொருத்தனை செய்திருந்தால், அதைச் செலுத்தத் தாமதம்செய்ய கூடாது, தேவனாகிய கர்த்தர் அதை நிச்சயமாக அந்த நபரிடம் கேட்பார்; அது அவருக்குப் பாவமாகும் (உபா 23: 21).

தேவனாகிய கர்த்தரின் கட்டளைகளைக் கைக்கொண்டு, அவருடைய வழிகளில் நடக்கும்போது, கர்த்தர் வாக்களித்தபடியே, தமக்குப் பரிசுத்த மக்களாக நிலைப்படுத்துவார் (உபா 28:9).

தேவனாகிய கர்த்தரின் கட்டளைகளைக் கைக்கொள்ளவும் அவைகளின்படி நடக்கவும் அவைகளுக்குச் செவிகொடுத்துவந்தால், கர்த்தர் வாலாக்காமல் தலையாக்குவார், ஒரு நபர் கீழாகாமல் மேலாவான் (உபா 28:14).

ஒரு நபர் கர்த்தரின் சத்தத்திற்குச் செவிகொடுத்து, கற்பிக்கிற அவருடைய எல்லாக் கற்பனைகளின்படியும் செய்தால், நன்மை உண்டாகும்படி தேவனாகிய கர்த்தர் அந்த நபரின் கைகள் செய்யும் எல்லா வேலைகளிலும், கர்ப்பத்தின் பிறப்பிலும், மிருகஜீவனின் பலனிலும், நிலத்தின் பலனிலும் பரிபூரணமுண்டாகச் செய்வார். தேவனாகிய கர்த்தருடைய சத்தத்திற்குச் செவிகொடுத்து, நியாயப்பிரமாண புத்தகத்தில் எழுதப்பட்டிருக்கிற அவருடைய கற்பனைகளையும் அவருடைய கட்டளைகளையும் கைக்கொள்ளும்போதும், தேவனாகிய கர்த்தரிடத்தில் முழு இருதயத்தோடும் முழு ஆத்துமாவோடும் திரும்பும்போதும், கர்த்தர் முற்பிதாக்கள்மேல் மகிழ்ச்சியாயிருந்ததுபோல, அந்த நபருக்கு நன்மை உண்டாக மீண்டும் மகிழ்ச்சியாயிருப்பார் (உபா 30: 8-10).

ஒரு நபர் பிழைத்து, பெருகுவதற்கும், சொந்தமாக்கப்போகிற தேசத்தில் தேவனாகிய கர்த்தர் அவரை ஆசீர்வதிப்பதற்கும், அந்த நபர் தேவனாகிய கர்த்தரில் அன்புசெலுத்தவும், அவருடைய வழிகளில் நடக்கவும், அவருடைய கற்பனைகளையும், கட்டளைகளையும், நியாயங்களையும் கைக்கொள்ளவும் வேண்டும் (உபா 30:16).

கடவுளுக்கு சித்தமானால் தான் திரும்பி வருவதாக பவுல் தெரிவித்தார் (அப் 18:21).

மாசிடோனியா தேவாலயங்கள் வறுமையின் மத்தியில் தாராளமாகக் கொடுத்தன, முதலில் தங்களைக் கொடுத்தன, பின்னர் கடவுளின் விருப்பப்படி பவுலுக்கும் அவருடைய தோழர்களுக்கும் கொடுத்தனர் (2 கொரி 8: 5).

பவுல் தனது கடிதத்தை கடவுளின் விருப்பப்படி எழுதுவதாகக் கூறுகிறார் (எபி 1: 1; கொலோ 1: 1, 2; 2 தீமோ 1: 1).

வேலைக்காரர்கள் கிறிஸ்துவிற்குக் கீழ்ப்படிகிறதுபோல, சரீரத்தின்படி தங்களுடைய எஜமான்களாக இருக்கிறவர்களுக்கும் பயத்தோடும் மரியாதையோடும் நேர்மையுள்ள மனதோடும் கீழ்ப்படிந்து; மனிதர்களுக்குப் பிரியமாக இருக்கவிரும்புகிறவர்களாக அவர்களுடைய பார்வைக்கு ஊழியம் செய்யாமல், கிறிஸ்துவின் ஊழியக்காரர்களாக, மனப்பூர்வமாக தேவனுடைய விருப்பத்தின்படி செய்ய வேண்டும். அடிமையானவன் என்றாலும், சுதந்திரமானவன் என்றாலும், அவனவன் செய்கிற நன்மையின்படியே கர்த்தரிடத்தில் பலனை பெறுவான் என்று அறிந்து, மனிதருக்கென்று ஊழியம் செய்யாமல், கர்த்தருக்கென்றே நல்லமனதோடு ஊழியம் செய்யுங்கள் (எபே. 6:5-8).

(**குறிப்பு:** படிநிலைகள் 5 மற்றும் 6 ஐ ஒருங்கிணைக்க முடியும், நீங்கள் வசனங்களைப் படித்து உடனடியாக துணை தலைப்புகளின் கீழ் வகைப்படுத்த முடிந்தால், நீங்கள் அதைச் செய்து தொடர்புடைய போதனைகளை ஒன்றன் பின் ஒன்றாக சேர்க்கலாம்)

7. ஒழுங்கமைக்கப்பட்ட மற்றும் சுருக்கப்பட்ட உள்ளடக்கம் (இறுதியான உள்ளடக்கம்):

தேவனுடைய சித்தம்

I. முன்னுரை:

தேவனுடைய சித்தம் என்பது மனிதகுலத்தின் மீதும் அவரது அனைத்து படைப்புகளின் மீதும் கடவுள் கொண்டிருக்கும் விருப்பமாகும், இதன் அடிப்படையில் அவர் தெளிவான தேர்வு மற்றும் முடிவை எடுக்கிறார்.

(**குறிப்பு:** போதிக்கும் பொழுது திறந்த கேள்விகள், விளக்கப்படங்கள் அல்லது செயல்பாடுகள் போன்ற சில ஆக்கப்பூர்வமான வழிமுறைகளுடன் அறிமுகம் தொடங்கப்படலாம்).

II. தேவனுடைய சித்தம்:

ஒரு நபருக்கான தேவனுடைய சித்தம் கடவுளுடைய வார்த்தையின் மூலம் கடவுளிடமிருந்து வெளிப்படுத்தப்படுகிறது, அவருடைய கட்டளைகளுக்குக் கீழ்ப்படிவதன் மூலம் ஒரு நபர் அதைக் கண்டுபிடிக்க முடியும்.

பரிசுத்தமுள்ளவர்களாக வேண்டுமென்பதே தேவனுடைய விருப்பமாக இருக்கிறது. அந்தப்படி, வேசித்தனத்திற்கு விலகியிருந்து, தேவனை அறியாத மக்களைப்போல மோக இச்சைக்குட்படாமல், அவனவன் தன்தன் சரீரத்தைப் பரிசுத்தமாகவும் மரியாதையாகவும் ஆண்டுகொள்ளும்படி அறிந்து: ஒருவனும் தன் சகோதரனை ஏமாற்றாமலும் கெடுதல் செய்யாமலும் இருக்க வேண்டும்; இப்படிப்பட்டக் காரியங்கள் எல்லாவற்றையும்குறித்துக் கர்த்தர் நீதியை நிலைநாட்டுகிறவராக இருக்கிறார் (1 தெச 4: 3-6).

சகோதரர்களுக்குள்ளே கடுமையாக உழைத்து, கர்த்தருக்குள் தங்களை விசாரணை செய்கிறவர்களாக இருந்து, தங்களுக்குப் புத்திசொல்லுகிறவர்களை மதித்து, அவர்களுடைய செயல்களின்

அடிப்படையில் அவர்களை மிகவும் அன்பாக நினைத்துக்கொள்ள வேண்டும். தங்களுக்குள்ளே சமாதானமாக இருத்தல், ஒழுங்கில்லாதவர்களுக்குப் புத்திசொல்லுதல், திடனற்றவர்களைத் தேற்றுதல், பலவீனரைத் தாங்குதல், எல்லோரிடத்திலும் நீடியசாந்தமாக இருத்தல், ஒருவனும் மற்றொருவன் செய்யும் தீமைக்குத் தீமைசெய்யாதபடி பார்த்தல்; தங்களுக்குள்ளும் மற்ற அனைவருக்குள்ளும் எப்பொழுதும் நன்மைசெய்ய விரும்புதல், எப்பொழுதும் சந்தோஷமாக இருத்தல், இடைவிடாமல் ஜெபம்செய்தல், எல்லாவற்றிலேயும் நன்றி சொல்லுதல் ஆகியவை கிறிஸ்து இயேசுவிற்குள் தேவனுடைய விருப்பமாக இருக்கிறது (1 தெச 5:12-18).

மனிதனுக்கு விரோதமாக மனிதன் பாவம்செய்தால், நியாயாதிபதிகள் அதைத் தீர்ப்பார்கள்; ஒருவன் யெகோவாவுக்கு விரோதமாகப் பாவம்செய்தால், அவனுக்காக விண்ணப்பம் செய்கிறவன் யார் என்றான்; அவர்களோ தங்களுடைய தகப்பனுடைய சொல்லைக்கேட்காமல் போனார்கள்; அவர்களைக் கொலைசெய்வதற்கு யெகோவா சித்தமாக இருந்தார் (1 சாமு 2:25).

கடவுள் இரக்கத்தை விரும்புகிறார், பலியை அல்ல, சட்டங்களையும் மரபுகளையும் பின்பற்றுவதையும் அல்ல (மத் 12: 1-8).

III. கடவுளின் நோக்கமும் விருப்பமும்:

கடவுள் மனிதனை ஒரு நோக்கத்திற்காகப் படைத்தார், மனிதன் தன் விருப்பத்தை அவருக்குச் சமர்ப்பித்தாலும் சரி இல்லை என்றாலும் சரி கடவுளுடைய நோக்கம் நிச்சயமாக நிறைவேறும். ஆனால் ஒரு மனிதன் அவருக்கு அடிபணிந்தால் மட்டுமே கடவுளின் விருப்பம்

அவன் வாழ்வில் நிறைவேறும். நாம் வேதாகமத்தை உற்று நோக்கினால், கடவுளுடைய சித்தத்திற்கு தங்களை ஒப்புக்கொடுத்தவர்களும், தங்கள் விருப்பத்தின்படி காரியங்களை செய்தவர்களும் இருக்கின்றனர், ஆனால் கடவுளின் நோக்கம் எப்படியாகிலும் நிறைவேறியது, அதேசமயம் மனிதர்கள் கடவுளுடைய சித்தத்தின்படி செயல்பட்டதால் மட்டுமே கடவுளின் விருப்பம் நிறைவேறியது.

தேவனுடைய விருப்பத்தின்படியும் அவருடைய தீர்மானத்தின்படியும் அழைக்கப்பட்டவர்களாக தேவனிடம் அன்பாக இருக்கிறவர்களுக்கு எல்லாம் நன்மைக்குரியவைகளாக நடக்கும். தம்முடைய குமாரன் அநேக சகோதரர்களுக்குள்ளே முதற்பேறானவராக இருப்பதற்காக, தேவன் எவர்களை முன்னறிந்தாரோ அவர்களைத் தமது குமாரனுடைய சாயலுக்கு ஒப்பாக இருப்பதற்கு முன்குறித்திருக்கிறார்; எவர்களை முன்குறித்தாரோ அவர்களை அழைத்தும் இருக்கிறார்; எவர்களை அழைத்தாரோ அவர்களை நீதிமான்களாக்கியும் இருக்கிறார்; எவர்களை நீதிமான்களாக்கினாரோ அவர்களை மகிமைப்படுத்தியும் இருக்கிறார் (ரோமர் 8: 27-30).

தேவன் எல்லாவற்றையும் நல்லதாக உண்டாக்கினார் (ஆதி 1 ஆம் அதிகாரம்), மேலும் தேவன் மனிதனை ஆணும் பெண்ணுமாக தனது சாயலில் பூமியிலுள்ள எல்லாவற்றின் மீதும் ஆதிக்க செலுத்த உருவாக்கினார். அவர்கள் பலுகிப் பெருகி, பூமியை நிரப்பி, அதைக் கீழ்ப்படுத்த கட்டளைக் கொடுத்தார் (ஆதி. 1:26-28).

உலகத்தோற்றத்திற்கு முன் தேவன் இயேசுவில் அன்பாக இருந்தபடியினால், தேவன் இயேசுவுக்குத் தந்த மகிமையை தேவன் இயேசுவுக்குத் தந்தவர்கள் பார்க்கும்படியாக, அவர் எங்கே

இருக்கிறாரோ அங்கே அவர்களும் அவருடனே இருக்கவிரும்பினார் (யோவான் 17:24).

கர்த்தர் தனக்காக யாவையும் செய்து முடிப்பார் என்று தாவீது பாராட்டுகிறார் (சங்கீதம் 138:8).

கர்த்தர் எல்லாவற்றையும் தமக்கென்று படைத்தார்; தீங்குநாளுக்காகத் துன்மார்க்கனையும் உண்டாக்கினார் (நீதிமொழிகள் 16:4).

எல்லா மனிதருக்காகவும் விண்ணப்பங்களையும் ஜெபங்களையும் வேண்டுதல்களையும் நன்றிசெலுத்துதலையும் செய்யவேண்டும்; எல்லாப் பக்தியோடும், நல்லொழுக்கத்தோடும், சண்டை இல்லாமல் அமைதியான வாழ்க்கை வாழும்படிக்கு, ராஜாக்களுக்காகவும், அதிகாரமுள்ள எல்லோருக்காகவும் அப்படியே செய்யவேண்டும். இரட்சகராகிய தேவனுக்குமுன்பாக அது நன்மையும் பிரியமுமாக இருக்கிறது. எல்லா மனிதர்களும் இரட்சிக்கப்படவும், சத்தியத்தை அறிகிற அறிவை அடையவும், அவர் விருப்பமுள்ளவராக இருக்கிறார் (1 தீமோ. 2:1-4).

IV. மனிதனின் விருப்பமும் கடவுளின் நோக்கமும்:

கடவுள் தனது நோக்கத்தை நிறைவேற்ற மனிதனை வற்புறுத்துவதில்லை, ஆனால் மனிதன் அவருக்குக் கீழ்ப்படிந்தாலும் சரி இல்லையெனினும் அவரது திட்டத்தையும் நோக்கத்தையும் நிறைவேற்றுகிறார். மனிதனின் மறுமொழி மற்றும் நல்ல செயல்கள் அவன் கடவுளுடைய சித்தத்தில் இருக்கவும், அவருடன் சேர்ந்து கடவுளுடைய நோக்கத்தை நிறைவேற்றவும் அவசியம்.

இந்தக்காலத்துப் பாடுகள் இனி நம்மிடம் வெளிப்படும் மகிமைக்கு ஒப்பிடக்கூடியவைகள் அல்ல. மேலும் தேவனுடைய குமாரர்கள்

வெளிப்படுத்தப்படுவதற்காக தேவனுடைய படைப்புகள் அதிக ஆவலோடு காத்துக்கொண்டிருக்கிறது. அது என்sனவென்றால் படைப்புகள் அழிவிற்குரிய அடிமைத்தனத்தில் இருந்து விடுதலையாக்கப்பட்டு, தேவனுடைய பிள்ளைகளுக்குரிய மகிமையான சுதந்திரத்தைப் பெற்றுக்கொள்ளும் என்கிற நம்பிக்கையோடு, அந்தப் படைப்புகள் சொந்த இஷ்டத்தினாலே இல்லை, கீழ்ப்படுத்தினவராலேயே மாயைக்குக் கீழ்ப்பட்டிருக்கிறது. எனவே, நமக்குத் தெரிந்திருக்கிறபடி, இதுவரைக்கும் படைப்புகள் எல்லாம் ஒன்றாகத் தவித்துப் பிரசவவேதனைப்படுகிறது. அதுவும் இல்லாமல், ஆவியானவரின் முதற்பலன்களைப் பெற்ற நாமும் நம்முடை ய சரீர மீட்பாகிய பிள்ளை என்கிற உரிமை வருகிறதற்குக் காத்திருந்து, நமக்குள்ளே தவிக்கிறோம். அந்த நம்பிக்கையினாலே நாம் இரட்சிக்கப்பட்டிருக்கிறோம். பார்க்கப்படுகிறதை நம்புகிறது நம்பிக்கை இல்லை; ஒருவன் தான் பார்க்காததை நம்பினால், அது வருகிறதற்குப் பொறுமையோடு காத்திருப்பான் (ரோமர் 8:18-25).

இயேசு தேவனுடைய சித்தத்தைச் செய்ய வந்தார் (எபி 10:7).

நன்மை செய்வதன் மூலம், ஒரு நபர் முட்டாள் மக்களின் அறியாமையை அமைதிப்படுத்துவார், ஏனென்றால் அது கடவுளின் விருப்பம் (1 பேதுரு 2:15).

தீர்க்கதரிசனமானது ஒருகாலத்திலும் மனிதர்களுடைய விருப்பத்தினாலே உண்டாகவில்லை; தேவனுடைய பரிசுத்த மனிதர்கள் பரிசுத்த ஆவியானவராலே ஏவப்பட்டுப் பேசினார்கள் (2 பேதுரு 1:21).

V. கடவுளுடைய சித்தத்தின் முக்கியத்துவம்:

கடவுளின் கட்டளைகளைப் பின்பற்றும் விசுவாசிகளால் கடவுளின் சித்தம் சிறப்பாகப் புரிந்து கொள்ளப்படுகிறது, மேலும் அது கடவுளைச் சார்ந்து இருக்கவும், கடவுள் தங்கள் வாழ்க்கையில் செயல்பட அனுமதிக்கவும் அவர்களுக்கு உதவுகிறது.

சுயபுத்தியின்மேல் சாயாமல், முழு இருதயத்தோடும் கர்த்தரில் நம்பிக்கையாக இருந்து, நம்முடைய வழிகளிலெல்லாம் அவரை நினைத்துக்கொள்ளும் போது அவர் நம்முடைய பாதைகளைச் செவ்வைப்படுத்துவார் (நீதிமொழிகள் 3:5-6).

கடவுளுடைய சித்தத்தின்படி செய்வது ஒருவரை இயேசுவோடு நெருங்கியவராக ஆக்குகிறது (மாற்கு 3:35).

இயேசுவை ஏற்றுக்கொள்பவர்கள், அவருடைய நாமத்தை விசுவாசித்து, கடவுளின் பிள்ளைகளாக மாறுவதற்கு கடவுள் உரிமை கொடுத்துள்ளார், அவர்கள் இரத்தத்தினாலோ, மாம்சத்தினாலோ, மனுஷனுடைய சித்தத்தினாலோ அல்ல, தேவனால் பிறந்தவர்கள் (யோவான் 1:12, 13).

“நம்முடைய முன்னோர்களின் தேவனின் சித்தத்தை நீ தெரிந்துகொள்ளவும், நீதியுள்ளவரை தரிசிக்கவும், அவருடைய உயர்வான வாய்மொழியைக் கேட்கவும், அவர் உன்னை முன்னமே தெரிந்துகொண்டார். நீ பார்த்தவைகளையும் கேட்டவைகளையும் குறித்துச் எல்லா மனிதர்களுக்கு முன்பாக அவருக்குச் சாட்சியாக இருப்பாய்”, என்று அனனியா பவுலிடம் கூறினார் (அப் 22 : 14, 15).

பவுல் தன்னை கிறிஸ்து இயேசுவின் அப்போஸ்தலன் என்று கடவுளின் விருப்பத்தால் தெரிவிக்கிறார் (1 கொரி 1: 1; 2 கொரி 1: 1).

கொலோசெயர்களில் ஒருவரான கிறிஸ்து இயேசுவின் ஊழியரான எப்பாப்பிரா, அவர்கள் முதிர்ச்சியடைந்தவர்களாகவும், தேவனுடைய சித்தம் அனைத்திலும் முழுமையாக உறுதியளிக்கப்பட்டவர்களாகவும் இருக்க வேண்டும் என்று தனது ஜெபங்களில் போராடினார் (கொலோ 4:12).

தேவதூதர்கள் மூலமாகச் சொல்லப்பட்ட வசனத்திற்கு எதிரான எந்தச் செய்கைக்கும் கீழ்ப்படியாமைக்கும் நீதியான தண்டனை வரத்தக்கதாக அவர்களுடைய வசனம் உறுதிப்படுத்தப்பட்டிருக்கிறது. முதலாவது கர்த்தர் மூலமாக அறிவிக்கப்பட்டு, பின்பு அவரிடம் கேட்டவர்களாலே நமக்கு உறுதியாக்கப்பட்டதும், அற்புதங்களினாலும், அதிசயங்களினாலும் பலவிதமான பலத்த செய்கைகளினாலும், தம்முடைய விருப்பத்தின்படி பகிர்ந்துகொடுத்த பரிசுத்த ஆவியின் வரங்களினாலும், தேவன்தாமே சாட்சி கொடுத்ததுமாக இருக்கிற இவ்வளவு பெரிதான இரட்சிப்பைக்குறித்து நாம் கவலை இல்லாமல் இருக்கக்கூடாது (எபி 2: 1-4).

VI. கடவுளுடைய சித்தத்திற்கு சமர்ப்பித்தல்:

ஒரு நபர் அல்லது ஒரு தேசம் தங்கள் வாழ்க்கையில் கடவுளுடைய சித்தத்தைச் செய்ய தங்களை ஒப்புக்கொடுத்தால், அவர்கள் கர்த்தருடைய கட்டளைகளைப் பின்பற்றுவதன் மூலம் கிறிஸ்துவின் அன்பைப் பிரதிபலிக்க வேண்டும், மேலும் அதில் ஒரு பெரிய வெகுமதியும் பலனும் இருக்கிறது.

தேவனாகிய கர்த்தருக்குப் பொருத்தனை செய்திருந்தால், அதைச் செலுத்தத் தாமதம்செய்ய கூடாது, தேவனாகிய கர்த்தர் அதை நிச்சயமாக அந்த நபரிடம் கேட்பார்; அது அவருக்குப் பாவமாகும் (உபா 23: 21).

தேவனாகிய கர்த்தரின் கட்டளைகளைக் கைக்கொண்டு, அவருடைய வழிகளில் நடக்கும்போது, கர்த்தர் வாக்களித்தபடியே, தமக்குப் பரிசுத்த மக்களாக நிலைப்படுத்துவார் (உபா 28:9).

தேவனாகிய கர்த்தரின் கட்டளைகளைக் கைக்கொள்ளவும் அவைகளின்படி நடக்கவும் அவைகளுக்குச் செவிகொடுத்துவந்தால், கர்த்தர் வாலாக்காமல் தலையாக்குவார், ஒரு நபர் கீழாகாமல் மேலாவான் (உபா 28:14).

ஒரு நபர் கர்த்தரின் சத்தத்திற்குச் செவிகொடுத்து, கற்பிக்கிற அவருடைய எல்லாக் கற்பனைகளின்படியும் செய்தால், நன்மை உண்டாகும்படி தேவனாகிய கர்த்தர் அந்த நபரின் கைகள் செய்யும் எல்லா வேலைகளிலும், கர்ப்பத்தின் பிறப்பிலும், மிருகஜீவனின் பலனிலும், நிலத்தின் பலனிலும் பரிபூரணமுண்டாகச் செய்வார். தேவனாகிய கர்த்தருடைய சத்தத்திற்குச் செவிகொடுத்து, நியாயப்பிரமாண புத்தகத்தில் எழுதப்பட்டிருக்கிற அவருடைய கற்பனைகளையும் அவருடைய கட்டளைகளையும் கைக்கொள்ளும்போதும், தேவனாகிய கர்த்தரிடத்தில் முழு இருதயத்தோடும் முழு ஆத்துமாவோடும் திரும்பும்போதும், கர்த்தர் முற்பிதாக்கள்மேல் மகிழ்ச்சியாயிருந்ததுபோல, அந்த நபருக்கு நன்மை உண்டாக மீண்டும் மகிழ்ச்சியாயிருப்பார் (உபா 30: 8-10).

ஒரு நபர் பிழைத்து, பெருகுவதற்கும், சொந்தமாக்கப்போகிற தேசத்தில் தேவனாகிய கர்த்தர் அவரை ஆசீர்வதிப்பதற்கும், அந்த நபர் தேவனாகிய கர்த்தரில் அன்புசெலுத்தவும், அவருடைய வழிகளில் நடக்கவும், அவருடைய கற்பனைகளையும், கட்டளைகளையும், நியாயங்களையும் கைக்கொள்ளவும் வேண்டும் (உபா 30:16).

கடவுள் விரும்பினால் தான் திரும்பி வருவேன் என்று பவுல் தெரிவிக்கிறார் (அப் 18:21).

மாசிடோனியா தேவாலயங்கள் வறுமையின் மத்தியில் தாராளமாகக் கொடுத்தன, முதலில் தங்களைக் கொடுத்தன, பின்னர் கடவுளின் விருப்பப்படி பவுலுக்கும் அவருடைய தோழர்களுக்கும் கொடுத்தனர் (2 கொரி 8: 5).

பவுல் தனது கடிதத்தை கடவுளின் விருப்பப்படி எழுதுவதாகக் கூறுகிறார் (எபி 1: 1; கொலோ 1: 1, 2; 2 தீமோ 1: 1).

வேலைக்காரர்கள் கிறிஸ்துவிற்குக் கீழ்ப்படிகிறதுபோல, சரீரத்தின்படி தங்களுடைய எஜமான்களாக இருக்கிறவர்களுக்கும் பயத்தோடும் மரியாதையோடும் நேர்மையுள்ள மனதோடும் கீழ்ப்படிந்து; மனிதர்களுக்குப் பிரியமாக இருக்கவிரும்புகிறவர்களாக அவர்களுடைய பார்வைக்கு ஊழியம் செய்யாமல், கிறிஸ்துவின் ஊழியக்காரர்களாக, மனப்பூர்வமாக தேவனுடைய விருப்பத்தின்படி செய்ய வேண்டும். அடிமையானவன் என்றாலும், சுதந்திரமானவன் என்றாலும், அவனவன் செய்கிற நன்மையின்படியே கர்த்தரிடத்தில் பலனை பெறுவான் என்று அறிந்து, மனிதருக்கென்று ஊழியம் செய்யாமல், கர்த்தருக்கென்றே நல்லமனதோடு ஊழியம் செய்யுங்கள் (எபே. 6:5-8).

VII. கடவுளின் சித்தத்தில் இருத்தல்:

சுயநலத்தைக் கொன்று, நம் வாழ்வில் கடவுள் செயல்பட அனுமதிப்பதன் மூலம் அவருடைய சித்தத்திற்கு அடிபணிந்தால் மட்டுமே மனிதனுக்கான கடவுளுடைய சித்தம் நிறைவேறும். கடவுளின் கட்டளைகளுக்கு தொடர்ந்து கீழ்ப்படிந்தால் மட்டுமே ஒரு நபர் கடவுளின் சித்தத்தில் இருக்க முடியும் மற்றும் அந்த நபர் கர்த்தருக்குள் நிலைத்திருப்பார்.

தேவனுடைய ஆவியானவர் விசுவாசிகளுக்கு உதவுகிறார் மற்றும் தேவனுடைய சித்தத்தின்படி அவர்களுக்காக பரிந்து பேசுகிறார் (ரோமர் 8:26).

ஒரு விசுவாசி தன் வாழ்க்கையில் தேவன் கிரியைச் செய்ய அனுமதிப்பதற்கு தன்னை ஒரு ஜீவனுள்ள பலியாக பரிசுத்தமாகவும் கடவுள் ஏற்றுக்கொள்ளக்கூடியவராகவும் ஒப்புக்கொடுக்கவேண்டும் இதுவே ஒருவர் செய்யத்தக்க புத்தியுள்ள ஆராதனை. ஒரு விசுவாசி இந்த உலகத்திற்கேற்ற வேஷம் போடாமல், தேவனுடைய நன்மையும் பிரியமும் பரிபூரணமுமான விருப்பம் என்னவென்று பகுத்தறிவதற்காக, தன்னுடைய மனம் புதிதாக மாறுகிறதினாலே மறுரூபமாவார் (ரோமர் 12: 1, 2).

ஆரம்பத்தில் எதிர்த்து நிற்கும் ஒரு நபர் பின்னர் நீதியின் வழியைப் பின்பற்றுபவராக மாறினால் கடவுளின் சித்தத்தைச் செய்கிறார், மாறாக நீதியின் வழியை தான் பின்பற்றுபவன் என்று சொல்லியும், உண்மையில் அதைச் செய்யவில்லை எனில் அந்த நபர் கடவுளின் சித்தத்தைச் செய்வதில்லை (மத் 21: 28-32).

கிறிஸ்து நமக்காக சரீரத்திலே பாடுகள்பட்டதினால், அப்படிப்பட்ட சிந்தையை ஆயுதமாக அணிந்துகொள்வோம். ஏனென்றால், சரீரத்தில் பாடுபடுகிறவன் இனி சரீரத்தில் இருக்கும் காலம்வரைக்கும் மனிதர்களுடைய இச்சைகளின்படி பிழைக்காமல் தேவனுடைய விருப்பத்தின்படியே பிழைப்பதற்காகப் பாவங்களைவிட்டு விலகியிருப்பான் (1 பேதுரு 4: 1, 2).

தேவனுடைய சித்தத்தின்படி செய்கிறவன் என்றென்றும் நிலைத்திருப்பான் (1 யோவான் 2:17).

கர்த்தர் தான் தேர்ந்தெடுக்கும் காரியங்களைப் பின்பற்றும்படி கட்டளைகளைக் கொடுத்தார் (உபா 16:5, 6, 16; 17:8; 26:2).

VIII. முடிவுரை:

மொத்தத்தில் கடவுளுடைய சித்தம் அவருடைய கட்டளைகளைக் கடைப்பிடிப்பதும், கடவுள் நம் வாழ்வில் தம்முடைய நோக்கத்தை நிறைவேற்ற அனுமதிப்பதும், நம்மை ஒரு ஜீவ பலியாகச் சமர்ப்பிப்பதும், நாம் செய்யும் எல்லாவற்றிலும் கடவுளை மகிமைப்படுத்துவதும் ஆகும், ஏனென்றால் நாம் நம் விருப்பங்களையும் தேர்வுகளையும், உலகத்தின் தராதரங்களின்படி அல்ல, ஆனால் கடவுளுடைய தராதரங்களின்படி அமைப்போம்.

(**குறிப்பு:** துணை தலைப்புகளின் வரிசையை மாற்றுவதன் மூலமும், தேவையான தகவல்களைச் சேர்ப்பது அல்லது மாற்றியமைப்பது மற்றும் தேவையற்ற தகவல்களைச் நீக்குவதன் மூலமும் இந்த ஆய்வை/ படிப்பை மேம்படுத்தலாம்)

8. வாழ்க்கைமுறையில் தாக்கத்தை ஏற்படுத்த கற்றல்களை அனுமதித்தல்:

கடவுளுடைய சித்தத்தில் இருக்கவும், கடவுளுடைய சித்தத்தில் மற்றவர்களை வழிநடத்தவும் நான் கடவுளுடைய வார்த்தையைப் படிப்பேன், கீழ்ப்படிவேன், கற்பிப்பேன்.

(**குறிப்பு:** இந்த படிநிலை கண்ணுக்கு தெரியாதது, ஆனால் எப்போதும் மனத்தாழ்மையுடன் இருக்க வேண்டும் மற்றும் தலைப்பைப் பற்றி வேதாகமம் உண்மையில் என்ன சொல்கிறது என்பதை அறிந்து கொள்ள வேண்டும்)

திரித்துவம் பற்றிய வேதாகம போதனை

அறிமுகம்:

ஆதியிலே தேவன் வானத்தையும் பூமியையும் படைத்தார். பூமியானது. ஒழுங்கற்றதாகவும் வெறுமையாகவும் இருந்தது; ஆழத்தின்மேல் இருள் இருந்தது; தேவ ஆவியானவர் தண்ணீரின்மேல் அசைவாடிக்கொண்டிருந்தார். தேவன் “வெளிச்சம் உண்டாகட்டும்,” என்றார், வெளிச்சம் உண்டானது. (ஆதி. 1:1-3).

ஆதியாகமத்தின் முதல் சில வரிகள் கடவுளின் இருப்புடன் கடவுளின் தன்மையையும் வெளிப்படுத்துகின்றன. இந்த வரிகளில் கடவுளின் இயல்பைப் புரிந்துகொள்வதற்கு குறிப்பிடத்தக்க மூன்று வார்த்தைகள் தேவன் படைத்தார், தேவஆவியானவர், என்று தேவன் சொன்னார் ஆகியவை. வேதாகமத்தில் 'பரிசுத்த திரித்துவம்' என்ற வார்த்தை எங்கும் குறிப்பிடப்படவில்லை என்றாலும், வேதாகம போதனையிற்கான அடித்தளங்களில் இதுவும் ஒன்றாகும்.

1.0 கடவுளின் பண்புகள்:

கடவுளின் குணாதிசயங்கள் அல்லது பண்புகளைப் பற்றிய அறிவு மனிதர்களுக்கு மிகவும் இன்றியமையாதது, ஏனெனில் அது மட்டுமே வாழ்க்கையின் நோக்கத்தை வழிகாட்டுதல் வழங்குவதன் மூலம் விளக்குகிறது. உலகில் உள்ள அனைத்திற்கும் தீர்வு உலகில் உள்ள அனைத்திற்கும் ஆதாரமாக இருப்பவராகிய கடவுளிடம் இருப்பதால், அவரை அறிவது முற்றிலும் அவசியம். கடவுள் தம்மை வேதாகமத்தின் மூலமாக மட்டுமல்ல, சிறந்த ஆதாரமாகிய இயற்கை மற்றும் மனசாட்சி மூலமாகவும் வெளிப்படுத்தியுள்ளார். கடவுள் விவரிக்கப்பட முடியாதவர், அவர் நமக்கு அவரை வெளிப்படுத்தியதால் நாம் அவரை ஓரளவு புரிந்து கொள்ள முடிகிறது. கடவுளின் குணாதிசயங்கள் ஒருங்கிணைந்தவை மற்றும் ஒன்றுக்கொன்று சார்ந்து இருக்கின்றன, அவற்றைப் பிரித்துப்

பார்க்கக் கூடாது. மேலும், எவருக்கும் பொருந்தக்கூடிய கடவுளின் பண்புகள் கடவுள் என்பது தர்க்கரீதியானது. மேலும் கடவுளின் இந்தப் பண்புகள் எப்போதும் பிதாவாகிய கடவுளுக்கும், குமாரனாகிய கடவுளுக்கும், ஆவியானவரான கடவுளுக்கும் பொருந்தும். சில பண்புக்கூறுகள் கீழே குறிப்பிடப்பட்டுள்ளன.

பண்புகள்	**கடவுள் தந்தை**	**கடவுள் மகன்**	**கடவுள் ஆவியானவர்**
படைப்பாளர்	ஆதி 1:1	யோவான் 1:1	ஆதி 1: 3
அன்பு செலுத்துபவர்	யோவான் 3: 16	எபே 3: 19	ரோ 15: 30
நியாயம் செய்பவர்	எசே 35: 11	2 தீமோ 4: 1	1 கொரி 2: 15
ஆறுதலாளர்	ஏசாயா 66: 13	யோவான் 16: 22	அப்போ 9: 31
சர்வ வல்லமையுள்ளவர்	1 பேதுரு 1: 5	2 பேதுரு 1: 16	ரோ 15: 19
சர்வ ஞானி	எரே 17: 10	யோவான் 8: 14	1 கொரி 2: 11
சர்வ வியாபி	எரே 23: 24	யோவான் 1: 1, 2	சங்கீதம் 139: 7
முடிவில்லாதவர்	ஏசாயா 44: 6	வெளி 22: 13	எபிரேயர் 9: 14

நீதியாளர்	தானியேல் 9: 4	1 யோவான் 2: 1	சங்கீதம் 51: 20
பரிசுத்தர்	வெளி 15: 4	அப்போ 3: 14	யோவான் 14: 26

2.0 திரித்துவக் கருத்தின் முக்கியத்துவம்:

கடவுளின் திட்டவட்டமான தன்மையைப் புரிந்து கொள்ள திரித்துவத்தின் கருத்து முக்கியமானது.

அன்பு, கரிசனை, உறவுகள் போன்ற கண்ணுக்குத் தெரியாத குணங்கள் அல்லது பண்புகளை அறிந்து கொள்வதற்கு இது அவசியம்.

கர்த்தரும் இரட்சகருமான இயேசு கிறிஸ்துவின் தெய்வீகத்தன்மையை அங்கீகரிப்பது முக்கியம்.

கடவுளுடைய ஆவியானவரின் வழிகாட்டுதலை அறிந்துகொள்வதும், கடவுளுடைய ஆவியானவரின் மூலம் கடவுளின் செயல்களை அங்கீகரிப்பதும் அவசியம்.

3.0. உயர்ந்த ஒரே கடவுள் - கடவுள் ஒருவரே:

உன்னதமாகவும் தன்னாட்சியுடனும் இருக்க, ஒரு ஆளுமை சார்பு இல்லாமல் சுய நிறைவுடன் இருக்க வேண்டும் மற்றும் அந்த ஆளுமை எல்லாவற்றின் மீதும் அதிகாரம் கொண்டவராக இருக்க வேண்டும். ஒரு குறிப்பிட்ட நேரத்தில், ஒரே ஒரு உயர்ந்த அங்கீகரிக்கப்பட்ட ஆளுமையின் இருப்பு மட்டுமே சாத்தியமாகும், ஏனெனில் சிந்தனைகள் அல்லது நோக்கம் பொதுவானதாகவும் உண்மையானதாகவும் இருந்தாலும் அவர்கள் வேலை செய்யும்

முறை வேறுபட்டது, இதனால் முரண்பாடுகள் மற்றும் விலகல்கள் ஏற்படலாம், இது குழப்பம் மற்றும் ஒரு பக்க சார்புக்கு வழிவகுக்கும். முடிவில்லாதவர் என்ற இயல்புடன் உச்ச அதிகாரத்தைப் பயன்படுத்த, கடவுள் ஒருவராக இருக்க வேண்டும்.

- கர்த்தருக்கு முன்னும் பின்னும் வேறு தெய்வங்கள் இருக்கக்கூடாது (உபா. 4:35; 39; யாத் 20:3; ஏசா 43:10; ஏசா 44:6-8; ஏசா 45:5, 14, 21, 22; ஏசா 46 :9;
- கர்த்தராகிய தேவன் ஒருவரே (உபா. 6: 4; மல்கி 2: 10; ரோமர் 3: 29, 30; 1 கொரி. 8: 4-6; கலா 3: 20; எபி. 4: 6; 1 தீமோ. 2:5; யாக்கோபு 2: 19)
- தேவன் ஒருவரே கடவுள் (2சாமு 22:32; ஏசா 37:20)
- தேவன் மட்டுமே (யோவான் 5:44; ரோமர் 16:27; 1 தீமோ 1:17; யூதா 1:25)

4.0 தன்னிறைவு பெற்ற மூன்று கடவுள்கள் - கடவுள் மூன்று

இறையாண்மையுடன், அறிவார்ந்தவராகவும் உணர்வுகளுடனும் இருப்பதற்கு, ஒரு ஆளுமை ஒரு சரிசமமான உறவுடன் தன்னிறைவு பெற்றவராகவும், எல்லாவற்றின் மீது பகுத்தறிவுடன் அனைத்தையும் அறிந்தவராகவும் இருக்க வேண்டும். அறிவையும் உணர்வுகளையும் அறிந்துகொள்வதற்கும் பகிர்ந்து கொள்வதற்கும் ஒரு ஆளுமை தனியாக இருக்க முடியாது, ஏனென்றால் மற்றொரு ஆளுமை இருந்தால் மட்டுமே எண்ணங்களையும் உணர்ச்சிகளையும் நடைமுறையாக்க முடியும் மற்றும் உண்மையாக வெளிப்படுத்த முடியும். தன்னிறைவு பெறுவதற்கு ஒன்றுக்கு மேற்பட்ட ஆளுமைகள் முழுமையான ஒற்றுமையுடன் ஒருங்கிணைந்திருக்க வேண்டும், மேலும் மூன்று கடவுள்களும் ஒரே கடவுளாகப் பரிபூரண

ஒற்றுமையில் இருப்பதை விளக்கும் ஒரே வேதாகமம் வேதாகமம் ஆகும்.

நித்தியமாகத் தன்னிறைவுடன் இருக்க, கடவுள் மூவறாக உள்ளார்.

தந்தை கடவுள்

- உலகத்தை நேசித்தார், அவருடைய மகனை அனுப்பினார் (மத் 3: 16, 17)

இயேசு கடவுள்

- கர்த்தர்/ தேவன் (சங்கீதம் 100:1; மத் 22: 41-46; பில் 2: 4-7; ரோமர் 10: 9, 13;
- விடுதலையை அறிவிக்கவும், கைதிகள் அல்லது ஒடுக்கப்பட்டவர்களை மீட்கவும் கடவுளின் ஆவியால் அபிஷேகம் செய்யப்பட்டவர் (லூக்கா 4:18-19)
- தேவளோடு இருந்தார், தேவனாக இருந்தார் (யோவான் 1:1)
- வழி, சத்தியம் மற்றும் ஜீவன் (யோவான் 14:6)

ஆவியானவர் கடவுள்

- தேவனுடைய ஆழமான காரியங்களை ஆராய்ந்திருக்கிறார் மற்றும் தேவளின் எண்ணங்களைப் அறிந்திருக்கிறார் (1கொரி 2:10,11)
- தூஷித்தல்/ பரிசுத்த ஆவிக்கு எதிரான பொய் மன்னிக்கப்படாது (மத் 12:32; அப்போ 5:3, 4)
- தேவனிடமிருந்து பரிசுத்த ஆவியின் மூலம் தீர்க்கதரிசனம் (2 பேதுரு 1:21)

பிதாவாகிய தேவன், குமாரனாகிய தேவன், ஆவியான தேவன்.

- தந்தை, குமாரன் மற்றும் பரிசுத்த ஆவியானவர் ஒன்றாக ஒப்புக்கொள்ளப்பட்டுள்ளனர்/ ஒருங்கிணைந்துள்ளனர் (மத் 28:19; 2 கொரி 13:14; மத் 3:17; லூக்கா 1:35).

- கடவுள் தம்மிடம் பேசிக்கொண்டிருக்கும்போது 'நாம்' என்றார் (ஆதி. 1:26; ஆதி 3:22; ஆதி 11:7; ஏசாயா 6:8).

5.0. பிதா, குமாரன் மற்றும் பரிசுத்த ஆவியானவரின் ஒற்றுமை - கடவுள் மூன்றில் ஒருவராக இருக்கிறார்

5.1 ஒருவரையொருவர் நிறைவுசெய்தல்- பிதாவாகிய தேவன், குமாரனனான தேவன் மற்றும் ஆவியான தேவன் முழு பிரபஞ்சத்தையும் உருவாக்கும் போது பரிபூரண ஒற்றுமையில் இருந்தனர். (ஆதி. 1: 1, 2; யோவான் 1: 1-3).

5.2 ஒருவரையொருவர் புரிந்துகொள்ளுதல் - பிதாவாகிய தேவன், குமாரனனான தேவன் மற்றும் ஆவியான தேவனை யாராலும் முழுமையாகப் புரிந்து கொள்ள முடியாது, ஆனால் அவர்கள் ஒருவரையொருவர் புரிந்துகொள்கிறார்கள். (யாத் 3: 14; யோவான் 8: 58-59; 1 கொரி 2: 11).

5.3 ஒருவரோடு ஒருவர் நித்தியமாக இருத்தல்- பிதாவாகிய தேவன்,

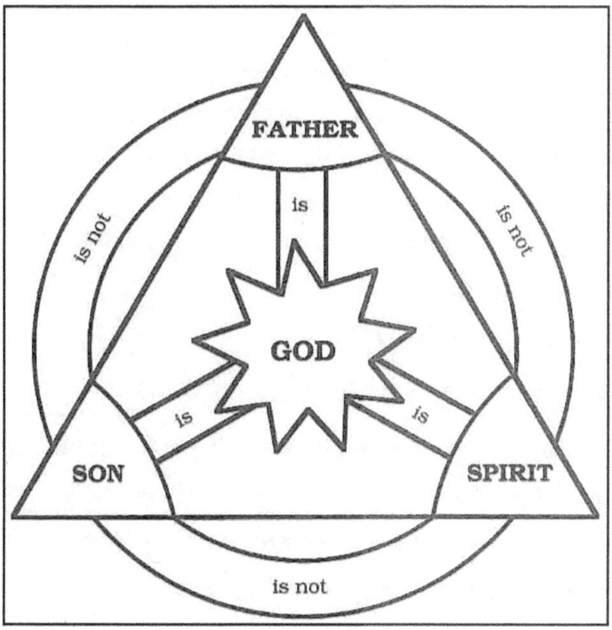

குமாரனனான தேவன், ஆவியானவர் ஆகியோருக்கு ஆரம்பமும் முடிவும் இல்லை. (சங்கீதம் 90:2; வெளி1:8; எபிரெயர் 9:14).

5.4 ஒருவருக்கொருவர் ஒத்துப்போகுதல் - பிதாவாகிய தேவன், குமாரனனான தேவன் மற்றும் ஆவியான தேவன் ஆகியோர் முழுமையான இணக்கம் மற்றும் கருத்து உடன்பாடு கொண்டவர்கள். (யோவான் 10: 25-30; யோவான் 14: 6, 7; யோவான் 14: 11; யோவான் 16: 13-15).

உயர்ந்த அதிகாரத்தைப் பயன்படுத்துவதற்கும், தன்னிறைவு பெறுவதற்கும், தேவன் மூன்று பேராக இருக்க வேண்டும்.

எனவே, பிதா, குமாரன் மற்றும் ஆவிக்கு இடையே வேறுபாடுகளின் நிமித்தம் சமர்ப்பணம் இல்லை, சில செயல்பாடுகளின் நிமித்தம் சமர்ப்பணம் உள்ளன, அவை ஒரு செயல்முறையைச் செயல்படுத்துவதற்கும் அதில் முன்னேறவும் மிகவும் அவசியமாக இருக்கின்றன.

6.0 கடவுளின் பெயர்கள்/தலைப்புகள்:

கடவுளின் வெவ்வேறு பெயர்கள் அல்லது தலைப்புகள் கடவுளின் தன்மையையும் கடவுளின் செயல்பாட்டையும் மூன்றில் ஒருவராக நிறைவு செய்கின்றன.

6.1 வேதாகமத்தில் (பொதுவாக) கடவுளுக்கான பெயர்கள்/தலைப்புகள்:

6.1.1. ஒருமை பெயர்:

இருக்கிறவராக இருக்கிறவர் (யாத். 3:14)

மோசே தேவனின் பெயரைக் கேட்டபோது, "இருக்கிறவராக இருக்கிறேன" என்று அவர் பதிலளித்தார். மேலும் கர்த்தர் மோசேயிடம் 'நானே' அவனை அனுப்பினவர் என்று இஸ்ரவேல் ஜனங்களுக்குச் சொல்லும்படி சொன்னார்.

மிகவும் புனிதமானதாகக் கருதப்படும் தனித்துவமான பெயர் மற்றும் அடையாளம் யாவே (ஹீப்ருவில்) அல்லது யெகோவா (தமிழில்). ஆதி 2:4 இல் எலோஹிமுடன் யெகோவா (கர்த்தர் (יהוה) பயன்படுத்தப்பட்டுள்ளது: கர்த்தராகிய தேவன் பூமியையும் வானங்களையும் படைத்த நாளில், வானங்கள் மற்றும் பூமியின் தலைமுறைகள் உருவாக்கப்பட்டன.

6.1.2. பன்மை பெயர்:

அடோனாய் (אדני (ஆண்டவர்)) என்பது கடவுளின் மகத்துவத்தைக் குறிக்கும் மரியாதைக்குரிய பன்மை பெயராகும் (1 இராஜாக்கள் 3:10).

கடவுளின் பன்மைப் பெயர் 'எலோஹிம் (אלהים(தேவன்))' (ஆதி. 1:1, ஆதி. 2:3; 9:26; 24:3; யாத். 3:15-18; 4:4; 2; சாமுவேல் 7:22, 25; முதலியன)

எபிரேய மொழியில் "ஒன்று" அல்லது "ஒற்றுமை" என்பதற்கு இரண்டு வார்த்தைகள் பயன்படுத்தப்படுகின்றன

யாச்சித் (יָחִיד) என்றால் ஒருமை ஒற்றுமை

ஏகாத் (אחד) என்றால் பன்மை ஒற்றுமை

யாச்சித் என்பது ஆதி 22: 2ல் பயன்படுத்தப்பட்டுள்ளது: "உன் மகனும், உனது ஒரே (யாச்சித்) மகனும், உனக்குப் பிரியமான மகனுமாகிய ஈசாக்கை நீ இப்பொழுது அழைத்துக்கொண்டு, மோரியா தேசத்திற்குப் போய்," என்று அவர் கூறினார்.

ஏகாத் என்பது உபா 6:4 இல் பயன்படுத்தப்பட்டுள்ளது: “இஸ்ரவேலே கேள்: நம்முடைய தேவனாகிய கர்த்தர் ஒருவரே கர்த்தர் (ஏகாத்)”.

6.2 வேதாகமத்தில் பிதாவாகிய கடவுளுக்கான பெயர்கள்/தலைப்புகள்:

திராட்சைத் தோட்டக்காரர் (யோவான் 15:1)	ஆல்பா மற்றும் ஒமேகா (வெளி 1:8)	பூமியனைத்திற்கும் ராஜா (சங்கீதம் 47:7)
நீண்ட ஆயுள் உள்ளவர் (தானி 7:13)	பரிசுத்தர் (2 இராஜாக்கள் 19:32)	அன்பு (1 யோவான் 4:8)
அப்பா (மாற்கு 14:36)		

6.3 வேதாகமத்தில் குமாரனாகிய தேவனுக்கான பெயர்கள்/தலைப்புகள்:

மனுஷகுமாரன் (தானி 7:13; மத் 9:6; மாற்கு 8:31; லூக்கா 6:22; யோவான் 9:35)	உயிர்த்தெழுதல் மற்றும் ஜீவன் (யோவான் 11:25)	தேவனுடைய வார்த்தை (யோவான் 1:1)
அப்பம் (யோவான் 6:35)	வழியும் சத்தியமும் (யோவான் 14:6)	தேவ ஆட்டுக்குட்டி (யோவான் 1:29)
ஒளி (யோவான் 8:12)	கொடி (யோவான் 15:1)	ராஜாதி ராஜா, கர்த்தாதி கர்த்தர் (1 தீமோத்தேயு 4:10)
வாசல் (யோவான் 10:7)	தேவனுடைய குமாரன் (யோவான் 5:25; 10:36; 1 யோவான் 5:20)	சபைக்குத் தலை (எபேசியர் 5:23)
நல்ல மேய்ப்பன் (யோவான் 10:11)	தேவன் (ரோமர் 5:1)	ரபீ/ போதகர் (மத் 23:8)

யூதர்களின் ராஜா (யோவான் 19: 2-3)

பிரதான ஆசாரியர் (எபிரெயர் 3:1)

தீர்க்கதரிசி (மத் 21:11)

ஆசிரியர் (யோவான் 3:2)

இம்மானுவேல் (ஏசாயா 7:14)

வழக்கறிஞர் (1 யோவான் 2:1)

மத்தியஸ்தர் (எபி 9:15)

நீதிபதி (அப்போஸ்தலர் 10:42)

தலைமை மூலைக்கல் (எபி 2:20)

அபிஷேகம் செய்யப்பட்டவர் (மேசியா) (யோவான் 1:42)

மணவாளன் (மாற்கு 2:9)

மீட்கிறவர் (ரோமர் 11:26)

6.4 வேதாகமத்தில் பரிசுத்த ஆவியான கடவுளுக்கான பெயர்கள்/தலைப்புகள்:

தேற்றரவாளன் (யோவான் 14:16)

உதவியாளர் (யோவான் 14:16)

பரிசுத்த ஆவியானவர் (மத்தேயு 1:18)

சத்திய ஆவி (யோவான் 15:26)

கிறிஸ்துவின் ஆவி (ரோமர் 8:9)

அப்பா பிதாவே என்று கூப்பிட உதவும் ஆவி (ரோமர் 8:15)

கிருபையின் ஆவி (எபிரேயர் 10:29)

ஜீவனுடைய ஆவி (ரோமர் 8:2)

ஞானம் மற்றும் வெளிப்பாட்டின் ஆவி (எபேசியர் 1:17)

7.0 இயேசு - கடவுளா அல்லது மனிதனா?:

கிறிஸ்துவின் ஆளுமை ஒருபோதும் பிரிக்கப்படவில்லை மற்றும் அவரில் உள்ள இரண்டு இயல்புகள் ஒருபோதும் குழப்பமடைய செய்யல்லை. இந்த உலக வாழ்விற்கு முன்னும் பின்னும், எப்பொழுதும் ஒரே தெய்வீக தன்மையுடன் இருந்தவர், இருக்கிறவர்,

இருப்பவர். கிறிஸ்துவின் பெயர்கள் மற்றும் பண்புக்கூறுகள் வெவ்வேறு நோக்கங்களுக்காகவும் வெளிப்பாடுகளுக்காகவும் உள்ளன, அவை அவருடைய இரு இயல்புகளை ஒருபோதும் முரண்படுத்துவதில்லை (கொலோ 2:9; யோவான் 1:14).

7.1. நோக்கம் மற்றும் சமர்ப்பணத்தால் இயேசுவின் மனித இயல்பு:

இயேசு பரிசுத்த ஆவியானவரால் கன்னி வயிற்றிலிருந்து பிறந்தார் மற்றும் மனிதர்களின் அனைத்து பண்புகளையும் கொண்டிருந்தார். இயேசு மனித குமாரன் என்று மக்களாலும் தம்மாலே கூடச் சொல்லப்பட்ட பல கூற்றுக்கள் உள்ளன. நல்லவர் என்று அழைக்கப்படுவதைக்கூட இயேசு எதிர்த்தார் (மத் 19:17; மாற்கு 10:18; லூக்கா 18:19).

- கன்னிக்கு மகனாகப் பிறந்தார் (ஏசாயா 7:14; மத் 1:23; ஏசாயா 9:6).
- இயேசு பூமியில் பிதாவை வெளிப்படுத்தினார் (யோவான் 1:18).
- ஒவ்வொரு மனிதனைப் போலச் சோதிக்கப்பட்டாலும், பாவம் இல்லாதவர் (யோவான் 4:14, 15).
- கடவுளுக்கும் மனிதர்களுக்கும் மத்தியஸ்தராக இருக்கும் மனிதனாகிய கிறிஸ்து இயேசு அனைவருக்கும் மீட்கும் பொருளாகத் தம்மையே கொடுத்தார் (1 தீமோ. 2:5, 6).
- ஒரு வேலைக்காரன் போன்ற நிலையை எடுத்து, மனிதர்களின் சாயலில் பிறந்து, சிலுவை மரணத்திற்கு அடிபணிந்தார் (பிலி 2: 6-8).

7.2 முன்பிருந்தே இயேசுவின் தெய்வீக இயல்பு:

இயேசு பூமியில் வாழ்வதற்கு முன்பும், பூமியில் வாழ்ந்த காலத்திலும், பூமியில் வாழ்ந்த பின்பும் இருக்கின்றவர். அவர் கடவுளின்

அனைத்து பண்புகளையும் பூர்த்தி செய்கிறார். இயேசு கடவுளுக்குச் சமமானவர் என்று பல மனிதராலும் தம்மாலும் கூடச் கூறப்பட்ட கூற்றுக்கள் உள்ளன.

ஆரம்பத்திலிருந்தே இருக்கின்றவர் (யோவான் 8:58).

தேவனுக்கு சமமானவர் (யோவான் 5:17, 18).

என்றென்றும் சிங்காசனத்தில் அமர்த்தப்பட்டவர் (எபி 1:8).

தேவனுடைய குமாரனாக வழிபடப்பட்டார் (மத் 14:33).

பரலோகத்திலும் பூமியிலும் அதிகாரம் பெற்றவர் (மத் 28:18).

கர்த்தர் மற்றும் தேவன் என்று அழைக்கப்படுகிறார் (யோவான் 20: 28; ரோம் 9: 5).

8.0 திரித்துவத்தை பற்றிய வேதாகம போதனையின் வரலாற்று முக்கியத்துவம்:

திரித்துவத்தை பற்றிய வேதாகம போதனை 1 ஆம் நூற்றாண்டிலிருந்து பல நூற்றாண்டுகளாக உருவானது, சில தனிநபர்கள்/குழுக்கள் அதை நம்பினாலும், அதனுடன் தொடர்புடைய விளக்கங்கள் மற்றும் போதனைகள் மிகவும் திருப்திகரமாகவும் நியாயமாகவும் இல்லை. மேலும், சில விளக்கங்கள் சில விதங்களில் வேதத்திற்கு முரணாக இருந்தன.

நிசேயா கவுன்சில் (கி.பி. 325) மற்றும் கான்ஸ்டான்டினோபிள் கவுன்சில் (கி.பி. 381) மூலமாகவும், பின்னர் அதனேசிய விசுவாச பிரமானத்தின் மூலமாகவும் திரித்துவத்தை பற்றிய வேதாகம போதனைக்குக் குறிப்பிடத்தக்க ஒருங்கிணைப்பு உள்ளது.

திரித்துவத்தை விளக்க முயற்சிக்கும் பல்வேறு விளக்கங்கள் மற்றும் போதனைகள் வரலாறு முழுவதும் இருந்தன, அதன் காரணமாகப் பல்வேறு போதனைகள் மற்றும் பிரிவுகள் உள்ளன.

திரித்துவத்தை பற்றிய வேதாகம போதனை இஸ்லாம், யூத மதம் போன்ற கிறிஸ்தவத்துடன் ஒற்றுமையுள்ள மற்ற மதங்களிலிருந்து அதை வேறுபடுத்துகிறது. மேலும், கிறிஸ்தவத்தில் உள்ள பல்வேறு பிரிவுகளை வேறுபடுத்துகிறது. யெகோவாவின் சாட்சிகள், இயேசு மட்டுமே போன்ற சில குழுக்கள் உள்ளன. திரித்துவத்தை பற்றிய வேதாகம போதனையில் நம்பிக்கை இல்லாதவர்கள் ஒன்று அல்லது அதற்கு மேற்பட்ட ஆளுமைகளை மற்றவர்களைக் காட்டிலும் அதிகமாக மதிப்பிடுவதன் மூலமோ அல்லது மதிப்பிழக்கச் செய்வதன் மூலமும், கடவுளுடைய தன்மைகளுள்ள ஒன்று அல்லது இரண்டு நபர்களின் நிலையை மறுப்பதன் மூலமும், அல்லது எல்லோரையும் ஒரே நபராகப் பார்ப்பதன் மூலமும் அதை மாற்றியமைக்கின்றனர்.

9.0 மனிதனுக்கு திரித்துவத்தின் முக்கியத்துவம்:

கிறிஸ்து தேவனுடைய குமாரன், தேவனுடைய சாயலானவர். இயேசுவை நம்புவது, கடவுளின் கிருபையின் மூலம் கடவுளுடைய மன்னிப்பு மற்றும் நல்லிணக்கத்தைப் பெறவும் கடவுளின் பிள்ளைகளாக இருக்கவும் நமக்கு உதவுகிறது (யோவான் 1: 12, 13; கலா 4: 6-7; 1 யோவான் 3: 1, 2). மேலும், நமக்குள் இருக்கும் கடவுளாகிய பரிசுத்த ஆவியானவரை நாம் பெறுகிறோம், நம்மை அவர் வழிநடத்துகிறார், சத்தியத்தினாலும் ஞானத்தினாலும் நம்மைக் காக்கிறார் (ரோமர் 8:15).

10.0 திரித்துவம் பற்றிய தவறான கருத்துக்கள்:

'திரித்துவம்' பற்றிய தவறான கருத்துகள் ஒரு நபரின் இரட்சிப்பை பாதிக்கலாம் மற்றும் தேவனுடைய ஆவியானவரின் கிரியையால் பெறப்படும் தனிப்பட்ட அனுபவத்தைப் பாதிக்கலாம். மேலும்,

திரித்துவத்தைப் பற்றிய தவறான புரிதல் வாழ்க்கை முறையைப் பாதிக்கலாம் மேலும் அது திரித்துவத்தில் இருந்து பெறப்பட்ட அல்லது திரித்துவத்துடன் தொடர்புடைய அடிப்படைகளாக இருக்கும் பல ஒன்றிணைந்த எண்ணங்களை மாற்றுகிறது. திரித்துவத்தின் சில பொதுவானத் தவறான கருத்துக்கள்:

- கடவுள் மூவர் மற்றும் ஒருவர் அல்ல
- கடவுள் ஒருவரே தவிர மூவர் அல்ல
- வேதாகமம் திரித்துவத்தை தெளிவாக வரையறுத்து விளக்குகிறது.
- திரித்துவத்தைப் பற்றி வேதாகமம் எந்த விதத்திலும் போதிக்கவில்லை.
- திரித்துவத்தை சாதாரண மக்களால் புரிந்து கொள்ள முடியாது மற்றும் பகுத்தறிவு செய்ய முடியாது, அறிஞர்கள் மட்டுமே அதை முயற்சிக்க முடியும்.
- திரித்துவம் என்பது தர்க்க விதிகளின்படி மற்றும் இயற்கையான ஒப்பீடுகளால் சாத்தியமாகும்.
- திரித்துவம் தர்க்கரீதியானதல்ல மற்றும் பகுத்தறிவற்றது.
- கடவுள் ஒரே நேரத்தில் மூன்று நபர்களாகவும் ஒரு நபராகவும் இருக்க முடியாது.
- திருச்சபை/ குழுக்கள்/ தனிநபர்கள் மூலம் திரித்துவம் அறிமுகப்படுத்தப்பட்டது.
- திரித்துவம் முக்கியமானது அல்ல, கடவுள் / இயேசுவை நம்பி சரியானதை பின்பற்றினால் போதுமானது.
- புதிய ஏற்பாடு மற்றும் குறிப்பிட்ட எழுத்தாளர் (கள்) மட்டுமே திரித்துவத்தைப் பற்றி வெளிப்படுத்துகிறார்கள்.

முடிவுரை:

கடவுள் நேரம் மற்றும் பரப்பிற்கு அப்பாற்பட்டவர், எனவே நமது வரையறுக்கப்பட்ட மனம் மற்றும் எண்ணங்களால் கடவுளின் இயல்பைப் புரிந்துகொள்வது மிகவும் கடினம். எனினும் கடவுள் தம்மை வெளிப்படுத்தியுள்ளார், மற்றும் எண்ணங்களையும்

உணர்வுகளையும் நமக்குக் கொடுத்துள்ளார், இதன் மூலம் நாம் ஒரு அளவிற்கு அவரை அறிந்துக்கொள்ள முடியும், மேலும் நியாயமான நம்பிக்கையைப் பெறுவதற்கு ஒரு அளவிற்கு நாம் அவரை அனுபவிக்க முடியும். திரித்துவம் கடவுளின் தனித்துவ இயல்பை வேதாகமத்தின் அனுமானங்களின் அடிப்படையில் விளக்குகிறது மற்றும் அதனுடன் தொடர்புடைய அடிப்படை நம்பிக்கைகளைச் சமரசம் செய்யாமல் இருக்க உதவுகிறது, இதன் மூலம் நிறைய தவறான எண்ணங்களையும் முரண்பாடுகளையும் தவிர்க்க உதவுகிறது.

பவுல் கொரிந்தியர்களுக்கு 2 கொரி 13:14ல் இவ்வாறு எழுதுகிறார்.

"கர்த்தராகிய இயேசு கிறிஸ்துவின் கிருபையும், தேவனுடைய அன்பும், பரிசுத்த ஆவியின் ஐக்கியமும் உங்கள் அனைவரோடும் இருப்பதாக."

மேலும் கற்றலுக்கு:

1. Systematic Theology by Dr.Norman Geisler, Volume Two (Creation and God).

2. The Knowledge of the Holy, by A W Tozer

3. The Joyful Christian by C.S Lewis

4. The Character of God, by R. C. Sproul

5. The Trinity: Evidence and Issues by Robert Morey

6. https://realfaith.com/what-christians-believe/history-doctrine-trinity/

7. https://biblicalbasis2021.blogspot.com/2024/03/doctrine-of-trinity.html

கடவுளின் இறையாண்மை பற்றிய வேதாகம போதனை

அறிமுகம்:

கடவுளின் குணாதிசயங்கள் அல்லது பண்புகளைப் பற்றிய சிந்தனை மனிதர்களுக்கு இன்றியமையாதது, ஏனெனில் கடவுளைப் பற்றிய அறிவு மட்டுமே வழிமுறைகளை வழங்குவதன் மூலம் வாழ்க்கையின் நோக்கத்தைச் சிறப்பாக விளக்க முடியும். உலகில் உள்ள அனைத்திற்குமான தீர்வு உலகில் உள்ள அனைத்திற்கும் ஆதாரமாக இருப்பதால் கடவுளை அறிவது அவசியம். கடவுள் தம்மை வேதாகமத்தின் மூலம் மட்டுமல்ல, இயற்கை மற்றும் மனசாட்சி மூலமாகவும் வெளிப்படுத்தியுள்ளார்.

> அன்றியும் நியாயப்பிரமாணம் இல்லாத யூதரல்லாதோர் சுபாவமாக நியாயப்பிரமாணத்தின்படி செய்கிறபோது, நியாயப்பிரமாணம் இல்லாத அவர்கள் தங்களுக்குத் தாங்களே நியாயப்பிரமாணமாக இருக்கிறார்கள். அவர்களுடைய மனச்சாட்சியும், சாட்சியிடுகிறதினாலும், குற்றம் உண்டு குற்றம் இல்லை என்று அவர்களுடைய சிந்தனைகள் ஒன்றை ஒன்று தீர்க்கிறதினாலும், நியாயப்பிரமாணத்திற்கு தகுந்த செயல்கள் தங்களுடைய இருதயங்களில் எழுதியிருக்கிறது என்று காண்பிக்கிறார்கள். என்னுடைய நற்செய்தியின்படியே, தேவன் இயேசுகிறிஸ்துவைக் கொண்டு மனிதர்களுடைய இரகசியங்களைக்குறித்து நியாயத்தீர்ப்புக்கொடுக்கும் நாளிலே இது விளங்கும். ரோமர் 2:14-16).

கடவுள் இறையாண்மையுள்ளவர், அவர் அனைத்தையும் அறிந்தவர் (சர்வஞானி- சங்கீதம் 147:5), எல்லா வல்லமையும் உள்ளவர் (சர்வ வல்லமையுள்ளவர்- மத்தேயு 19:26), மற்றும் எல்லாவற்றிலும் இருப்பவர் (சர்வவியாதி- எரேமியா 23:24).

1.0 சொற்பிறப்பியல் மற்றும் ஒத்த சொற்கள்:

‘இறையாண்மை’ என்ற வார்த்தை வேதத்தில் வெளிப்படையாகப் பயன்படுத்தப்படவில்லை.

பழைய ஏற்பாட்டில் கடவுளின் இறையாண்மையை ஒத்திருக்கும் கடவுளுக்கான சில பெயர்களாவன- உன்னதமான தேவன் (עליון AL - el elyon) (Gen 14: 19), கடவுள் சர்வவல்லமையுள்ள தேவன் (שׁ לאדי – el shaddai) (ஆதி. 17:1), முதலியன

புதிய ஏற்பாட்டில் கடவுளின் இறையாண்மையை ஒத்திருக்கும் கடவுளின் சில பெயர்களாவன- உன்னதமான தேவன் (Ύψιστος Θεός - ypsistos theos) (மார்க் 5: 7), சர்வவல்லமையுள்ள தேவன் (Κεειε οδπαδνδνδα ος – kurie o theos pantodynamos) (Rev 16: 7), ஏகசக்கராதிபதி (μόνο ένα δυνατό- mono ena dunato) (1 Tim 6: 15), போன்றவை.

அ

2.0 படைப்பில் கடவுனின் இறையாண்மை:

கடவுள் எல்லாவற்றையும் ஒன்றுமில்லாதவற்றிலிருந்து படைத்தார், அவர் தமக்காகப் அவற்றைப் படைத்தபோது எல்லாமே நல்லதாகவும் சரியானதாகவும் இருந்தது.

> பவுல் கொலோசேயருக்கு இவ்வாறு எழுதுகிறார், “ஏனென்றால், அவருக்குள் எல்லாம் படைக்கப்பட்டது; பரலோகத்திலுள்ளவைகளும் பூலோகத்திலுள்ளவைகளுமாகிய காணப்படுகிறவைகளும் காணப்படாதவைகளுமான எல்லாப் பொருட்களும், சிங்காசனங்களானாலும், கர்த்தத்துவங்களானாலும், அரசாங்க ஆட்சி புரிவோர்களானாலும், அதிகாரங்களானாலும், எல்லாமும் அவரைக் கொண்டும் அவருக்கென்றும் படைக்கப்பட்டது.” (கொலோ 1:16).

கடவுள் தனது படைப்பைப் பராமரிக்கவும் பார்த்துக்கொள்ளவும் மனிதகுலத்திற்கு பொறுப்பைக் கொடுத்தார். வளங்களை நிர்வகிப்பதற்கும், சுற்றுச்சூழலைப் பாதுகாப்பதற்கும், ஆக்கப்பூர்வமாக இருப்பதன் மூலம் தன்னைச் சுற்றியுள்ள அனைத்தையும் பெருக்குவதற்கும் மனிதன் எப்படி தன்னிச்சையாக இயற்கையின் மீது அதிகாரம் செலுத்துகிறான் என்பதை நாம் உணர முடியும், இருப்பினும் அவர்களின் படைப்பாற்றல் ஏற்கனவே இருக்கும் பொருட்களிலிருந்து எதையாவது உருவாக்குவது மட்டுமே.

> பின்பு தேவன் அவர்களை நோக்கி: "நீங்கள் பலுகிப் பெருகி, பூமியை நிரப்பி, அதைக் கீழ்ப்படுத்தி, சமுத்திரத்தின் உயிரினங்களையும் ஆகாயத்துப் பறவைகளையும், பூமியின்மேல் நடமாடுகிற அனைத்து உயிரினங்களையும் ஆண்டுகொள்ளுங்கள்" என்று சொல்லி, தேவன் அவர்களை ஆசீர்வதித்தார் (ஆதி 1: 28).

வீழ்ச்சி மற்றும் பாவத்திற்குப் பிறகு, மனிதனின் கீழ்ப்படியாமையின் காரணமாக, படைப்பு விளைவுகளைச் சந்திக்க வேண்டியிருந்தது (ஆதி 3 அதி.). கடவுள் தனது படைப்புகள் அனைத்தின் மீதும் ஒரே அதிகாரம் கொண்டவர், இருப்பினும் சில நேரங்களில் ஆக்கப்பூர்வமாகவும் சில சமயங்களில் அழிவுகரமானவராகவும் இருக்கும் மனிதனுக்கு அவர் பொறுப்புகளை வழங்கியுள்ளார்.

> பூமியும் அதின் நிறைவும், உலகமும் அதில் உள்ள குடிமக்கள் யாவும் கர்த்தருடையவை. ஏனெனில் அவரே அதைக் கடல்களுக்கு மேலாக அஸ்திபாரப்படுத்தி, அதை நதிகளுக்கு மேலாக நிறுவினார் (சங். 24: 1, 2).

3.0 வெளிப்படுத்தலில் கடவுளின் இறையாண்மை:

மனிதகுல வரலாற்றில் கடவுள் பல வழிகளில் தம்மை வெளிப்படுத்தியுள்ளார். வரலாறு கூட இயேசு கிறிஸ்துவின் வாழ்க்கையின் அடிப்படையில் பிரிக்கப்பட்டுள்ளது. கடவுள் மக்களுடன் நேரடியாகப் பேசினார், பிறர் மூலம் அல்லது வேறு வழிகளில் பேசினார், தரிசனங்களில் தோன்றினார், சூழ்நிலைகள் மூலம் விளக்கினார், மற்றும் பல விதங்களில் தொடர்புக்கொண்டார். கடவுளை அறியாத ஒரு மனிதனும் கூட அவரது படைப்பின் மூலம் எல்லாவற்றிற்கும் பின்னால் இருக்கும் அற்புதமான படைப்பாளியை உணர முடியும்.

> வானங்கள் தேவனுடைய மகிமையை வெளிப்படுத்துகின்றன, ஆகாய விரிவு அவருடைய கைகளின் செயல்களை அறிவிக்கிறது. பகலுக்குப் பகல் வார்த்தைகளைப் பொழிகிறது, இரவுக்கு இரவு அறிவைத் தெரிவிக்கிறது. (சங். 19:1, 2).

கடவுள் தம்மை வெவ்வேறு வழிகளிலும் வெவ்வேறு மனிதர்கள் மூலமாகவும் வெளிப்படுத்திய போதிலும், மனிதன் கடவுளை அங்கீகரிப்பதில் தவறிவிட்டான். மனிதன் சக மனிதர்களைச் சார்ந்து இருந்தான் அல்லது மேலோட்டமான ஒன்றிற்கு முக்கியத்துவம் கொடுத்து, கடவுளுக்கு முன்னுரிமை கொடுக்கத் தவறினான். அதன் காரணமாக, மனிதனுக்கு கடவுள் நம்பிக்கை இல்லாமல் ஆனது, மேலும் அவர்களைச் சுற்றியிருக்கும் மக்களுக்கு முழுமையற்ற நன்மையே ஏற்பட்டது.

கர்த்தர் நியாயாதிபதிகளை எழும்பச்செய்கிறபோது, நியாயாதிபதியோடு இருந்து அந்த நியாயாதிபதி வாழ்ந்த நாட்களிலெல்லாம் அவர்களுடைய எதிரிகளின் கைக்கு அவர்களை விலக்கிக் காப்பாற்றிவருவார்; அவர்கள் தங்களை இறுகப்பிடித்து ஒடுக்குகிறவர்களினால் தவிக்கிறதினாலே, கர்த்தர் துக்கப்படுவார். நியாயாதிபதி மரித்தவுடனே, அவர்கள் திரும்பி,

அந்நிய தெய்வங்களைப் பின்பற்றி, பணிவிடை செய்யவும், தொழுதுகொள்ளவும், தங்களுடைய பிதாக்களைவிட இழிவாக நடந்து, தங்களுடைய தீய செய்கைகளையும் தங்களுடைய முரட்டாட்டமான வழிகளையும் விடாதிருப்பார்கள். (நியாயாதிபதிகள் 2: 18, 19).

4.0 மீட்பில் கடவுளின் இறையாண்மை:

கடவுளின் கிருபையும் அன்பும் மிகவும் ஏராளமாக இருப்பதால், மனிதன் பிடிவாதமாக இருந்தாலும், கடவுளுக்குக் கீழ்ப்படியவில்லை என்றாலும், அவர் மனிதகுலத்தை அப்படியே விட்டுவிடவில்லை. மனிதனின் நீதியும் நற்செயல்களும் அவனுடைய குற்றத்திலிருந்து தேவையான விடுதலையையும் பாவங்களிலிருந்து மீட்பையும் பெற போதுமானதாக இல்லை. பாவமில்லாதவராக இருந்தாலும் ஒரே முறை அனைவருக்காகவும் பலியாக மாறிய குமாரனாகிய இயேசு கிறிஸ்து மூலம் மீட்கும்பொருளை கடவுள் செலுத்தினார்.

> தேவன், தம்முடைய ஒரேபேறான குமாரனை விசுவாசிக்கிறவன் எவனோ அவன் கெட்டுப்போகாமல் நித்தியஜீவனை பெறும்படிக்கு, அவரைக் கொடுத்து, இவ்வளவாய் உலகத்தில் அன்பு செலுத்தினார். உலகத்தைத் தண்டனைக்குள்ளாகத் தீர்க்கும்படி தேவன் தம்முடைய குமாரனை உலகத்தில் அனுப்பாமல், அவராலே உலகம் இரட்சிக்கப்படுவதற்காகவே அவரை அனுப்பினார். (யோவான் 3:16, 17).

கடவுள் தனது மீட்பை அனைத்து மனிதகுலத்திற்கும் ஆயத்தம் செய்திருந்தாலும், இரட்சிக்கப்படுவதற்கு மனிதன் கர்த்தராகிய இயேசுவின் மீட்பின் செயல்களை விசுவாசிப்பதன் மூலம் அவரை ஏற்றுக்கொள்ள வேண்டும். கர்த்தராகிய இயேசுவின்

கிருபையினாலும், அவர்மேல் விசுவாசம் வைப்பதினாலும் நாம் இரட்சிக்கப்படுகிறோம்.

> அவரை விசுவாசிக்கிறவன் தண்டனைக்குள்ளாகத் தீர்க்கப்படமாட்டான்; விசுவாசிக்காதவனோ, தேவனுடைய ஒரேபேறான குமாரனுடைய நாமத்தில் விசுவாசம் உள்ளவனாக இல்லாதபடியினால், அவன் தண்டனைத்தீர்ப்புக்கு உட்பட்டிருக்கிறான். (யோவான் 3:18).

5.0 இறுதி நியாயத்தீர்ப்பில் கடவுளின் இறையாண்மை:

கடவுளுடைய அன்பில் இருக்கும் நீதி, உண்மை மற்றும் நேர்மையை நிலைநாட்டக் கடவுளின் நியாயம் சமமாக முக்கியமானது. கடவுள் தம்மை வெளிப்படுத்தினார் மற்றும் அவரது படைப்புக்காக அவரது மீட்பு பணிகளைச் செய்தார். மனிதனின் பதில் செயலின் அடிப்படையில், நன்மை தீமைகளை வேறுபடுத்துவதற்கான இறுதித் நியாயத்தீர்ப்பு இருக்கும்.

> ஒளியானது உலகத்திலே வந்திருந்தும் மனிதர்களுடைய செயல்கள் தீமையானவைகளாக இருக்கிறபடியினால் அவர்கள் ஒளியைவிட இருளை விரும்புகிறதே அந்த தண்டனைத் தீர்ப்புக்குக் காரணமாக இருக்கிறது. தீங்கு செய்கிற எவனும் ஒளியைப் பகைக்கிறான், தன் செய்கைகள் சுட்டி காட்டப்படாதபடிக்கு, ஒளியினிடத்தில் வராதிருக்கிறான். சத்தியத்தின்படி செய்கிறவனோ, தன் செய்கைகள் தேவனுக்குள்ளாகச் செய்யப்படுகிறது என்று வெளிப்படும்படிக்கு, ஒளியினிடத்தில் வருகிறான் என்றார். (யோவான் 3:19-21).

6.0 கடவுளுடைய இறையாண்மையின் முழுமை:

கடவுளின் படைப்பு, வெளிப்பாடு, மீட்பு அல்லது தீர்ப்பு ஆகியவை கடவுளுடைய இறையாண்மையின் முழுமையில் புரிந்து கொள்ளப்பட வேண்டும். நீதியை நிலைநாட்டவும், ஐக்கியத்தை விளக்கவும், மனிதகுலத்தின் மீதான அவரது அன்பை வெளிப்படுத்தவும் கடவுளின் அணுகுமுறை சமநிலையானது மற்றும் மிகவும் கவனமாகப் புரிந்து கொள்ளப்பட வேண்டியது. பெரும்பாலும் முரண்பாடுகள் போல் காணப்படும் சில பொதுவான சர்ச்சைகள் கீழே கொடுக்கப்பட்டுள்ளன.

6.1 சமபங்கும் சமத்துவமும்:

தேவன் தம்முடைய சாயலாக மனிதனை உருவாக்கினார், அவனைத் தேவசாயலாகவே உருவாக்கினார்; ஆணும் பெண்ணுமாக அவர்களை உருவாக்கினார் (ஆதி. 1:27).

மாற்றுத்திறனாளிகள் (யாத் 4:11), நோயுற்றவர்கள் அல்லது சுரண்டப்படுபவர்களிடம் நாம் அனுதாபம் காட்டுகிறோம் அல்லது பச்சாதாபம் கொள்கிறோம். ஆனால் எந்த ஒரு நபரையும் பற்றி நமக்குத் துல்லியமாகத் தெரியாது, அவருடைய தோற்றம் நன்றாக இருப்பதாகத் தோன்றலாம், ஆனால் இதயமும் மனமும் மிகவும் கலக்கமடைந்திருக்கலாம், அதனைப் பற்றி நாம் அதிகம் கவலைப்படுவதில்லை. கடவுள் அவை இரண்டையும் சமமாகப் பார்க்கிறார், மேலும் மனம் சாரந்தவற்றிற்கு அதிக முக்கியத்துவம் கொடுக்கிறார், ஏனெனில் அது ஒரு நபருடைய வாழ்க்கையின் நோக்கத்தைப் பாதிக்கிறது.

நாம் எல்லோரிடமும் சமத்துவத்துடன் இருக்க வேண்டும் மற்றும் அனைவருக்கும் அவர்களின் தேவைக்கேற்ப சமபங்கு அல்லது நியாயத்தை வழங்க வேண்டும் (லேவி. 19:14; யோபு 29:14-16). கடவுள் தனது இறையாண்மையினால் அதைச் செய்கிறார், இதைச் சில சமயங்களில் நம் வரையறுக்கப்பட்ட மனதால் புரிந்துக்கொள்ள

முடியாது. ஒரு ஆளுமை நியாயமற்றவராக இருந்தால், இறுதியில் அவ்வாறான ஆளுமை கடவுளாக இருக்க முடியாது, ஏனெனில் அது கடவுளின் குணாதிசயங்களுடன் முரண்படுகிறது.

6.2 தனிபட்ட விதத்திலும் ஒட்டுமொத்தமாகவும்:

வெவ்வேறு கலாச்சார, சமூக, பொருளாதார, மத மற்றும் பிற பின்னணியின் காரணமாகப் பாகுபாடுகள், மரபுகள் மற்றும் நடைமுறைகள் இருக்கின்றன, மேலும் கடவுள் அதற்கான வழிமுறைகளையும் சட்டங்களையும் விளைவுகளையும் வழங்கினார். மேலும், கடவுளின் அறிவுரைகள் ஒவ்வொருவரும் தங்களால் இயன்றதைச் செய்ய ஏதுவானதாகவும் மற்றும் அவர்களின் தவறுகளுக்காக அவர்கள் மன்னிப்பு கோரச்செய்ய தூண்டுவதாகவும் உள்ளன (லேவி. 19:20).

மனித அறிவு மற்றும் செயல்களின் வளர்ச்சி முற்போக்கானதாக இருந்ததால், கடவுள் மனிதகுலத்தை படிப்படியாகக் கையாண்டார். மனிதன் எப்போதும் மாறிக்கொண்டே இருந்தாலும் கடவுள் மாறாதவர்.

6.3 முன்குறித்தவை Vs சுயாதீனம்:

கடவுளின் முன்குறிப்பும் மனிதனின் சுயாதீனமும் இணையாக இணைந்து செயல்படுகின்றன, மேலும் கடவுளைப் பாரபட்சமாக இருப்பவர் என்று யாரும் குறை கூற முடியாது. கடவுளை யாராலும் கட்டுப்படுத்த முடியாது என்றாலும், கடவுளுக்கு அவர் விரும்பும் அனைத்தையும் செய்ய உரிமை உண்டு என்றாலும், அவர் காரியங்களை ஒரு நோக்கத்துடனும் தனித்துவத்துடனும் செய்கிறார், பாரபட்சத்துடன் அல்ல, ஆனால் நாம் காரியங்களின் மதிப்பைப் பார்க்கும் விதம் வேறுபட்டது. அவர் அனைவருக்கும் ஒரே

மாதிரியான வாய்ப்புகளையும் வெளிப்பாட்டையும் தருகிறார், இருப்பினும் பெரும்பாலான காரியங்களை நாம் தெரிந்திருக்காமல் இருக்கலாம்.

"நம்முடைய இரட்சகராகிய தேவனுக்குமுன்பாக அது நன்மையும் பிரியமுமாக இருக்கிறது. எல்லா மனிதர்களும் இரட்சிக்கப்படவும், சத்தியத்தை அறிகிற அறிவை அடையவும், அவர் விருப்பமுள்ளவராக இருக்கிறார்." என்று பவுல் தீமோத்தேயுவுக்கு எழுதுகிறார் (1 தீமோத்தேயு 2: 3, 4).

6.4 சோதனைகள் Vs தூண்டுதல்கள்:

சோதனைகள் ஒரு நபரைச் சரிசெய்வதற்கு, மத்ப்பிடுதற்கு அல்லது மாற்றுவதற்கு கடவுளிடமிருந்து வந்தவை. மற்றும் அவை ஒரு நபர் தீய வழிகளிலிருந்து மனந்திரும்புவதற்கும், கடவுள் மீது ஒரு நபரின் நம்பிக்கை மற்றும் அர்ப்பணிப்பை சரிபார்ப்பதற்கும், ஒரு நபர் தொடர்ந்து கடவுளைப் பின்பற்றுவதற்கும் மற்றும் உண்மையான ஆசீர்வாதமாக இருப்பதற்கும் உதவும். தூண்டுதல்கள் சில நேரங்களில் மனிதகுலத்தின் உண்மையான ஆசைகளையும் பெரும்பாலும் தீய ஆசைகளையும் தூண்டுகிறது, கடவுளின் கட்டளைகளையும் எல்லைகளையும் மறுப்பதன் மூலம் மனிதனை மகிழ்விக்க முயற்சிக்கிறது, ஒத்துழைக்கப்பட்டால் வாழ்க்கையை அர்த்தமற்றதாகவும் திசையற்றதாகவும் ஆக்குகிறது.

பலவிதமான சோதனைகளைச் சந்திக்கும் போது, சகோதரர்கள் அனைத்தையும் மகிழ்ச்சியாக எண்ணலாம் என்று யாக்கோபு அவர்களிடம் கூறுகிறார், ஏனென்றால் அவர்களின் விசுவாசத்தின் சோதனை உறுதியை

உருவாக்குகிறது என்பதை அவர்கள் அறிவார்கள் (யாக்கோபு 1: 2, 3).

6.5 துன்பங்கள் Vs மகிழ்ச்சி:

துன்பம் என்பது மக்களைப் புண்படுத்தும் ஒன்றாக இருக்கலாம், ஆனால் எல்லா துன்பங்களும் நியாயமானவை அல்ல, ஏனென்றால் தீமை செய்பவர் கூட அவர் விரும்பியது நடக்காதபோது காயமடைகிறார். மேலும், சரியான வயதிற்கு முன் ஒரு நெருங்கிய நபரின் மரணம் தொடர்புடைய நபர்களுக்கு மிகவும் வேதனையாக இருக்கலாம், ஆனால் அந்த நபரின் மரணம் அவர்கள் அனுபவிக்கும் அல்லது அனுபவிக்க போகும் வலியைவிடச் சிறந்ததாக அவர்களுக்கு இருக்கும். கடவுள் நித்தியமானவர், அவர் நியாயமானவர் என்பதை நாம் அறிந்தால், நம் தோல்விகள் அனைத்தையும் மீறி, துன்பங்களையும் மகிழ்ச்சியையும் ஒரே மாதிரியாக ஏற்றுக்கொள்ள முடியும். நமக்கான கடவுளின் திட்டத்திற்கும் நோக்கத்திற்கும் நம்மை ஒப்படைக்கும்போது, இயேசு செய்ததைப் போல, நன்மை செய்ததற்காக நாமும் துன்பங்களைத் தாங்க முடியும்.

> விதவையையும் திக்கற்ற பிள்ளையையும் யாராவது ஒடுக்கினால், கடவுள் அதை அறிவார். அவர்களுடைய முறையிடுதலைக் கடவுள் கேட்பார் (யாத். 22:23).
>
> துன்பங்கள் நம் பாவங்களினாலோ அல்லது நம் முன்னோர்களின் பாவங்களினுடைய விளைவுகளினாலோ இருக்கலாம் (எரே. 14:7: ஜெர் 45, லாம். 5:7; ரோமர் 2:9).
>
> பேதுரு விசுவாசிகளுக்கு இவ்வாறு எழுதுகிறார், “பிரியமானவர்களே, உங்களைப் பரீட்சைப்பார்க்க உங்கள் நடுவில் அக்கினியைப் போன்ற சோதனைகள் வரும்போது

ஏதோ புதுமை நடக்கிறது என்று ஆச்சரியப்படாமல், கிறிஸ்துவின் மகிமை வெளிப்படும்போது நீங்கள் களிகூர்ந்து மகிழ்வதற்காக அவருடைய பாடுகளுக்கு நீங்கள் பங்காளிகளானதால் சந்தோஷப்படுங்கள்." (1 பேதுரு 4:12, 13).

6.6. விளைவுகள் Vs தண்டனைகள்:

கடவுள் தனிநபர்களின் பாவங்களைக் கையாள்வதில் நீதியுள்ளவர் மற்றும் ஒவ்வொருவருக்கும் தனித்தனியாக அவர்களுக்கு ஏற்றத் தண்டனையை வழங்குகிறார். பிறர் செய்த பாவங்களுக்காக அவர் ஒருபோதும் ஒரு தனிநபரைத் தண்டிப்பதில்லை. ஆனால் முழு உலகமும் ஒன்றோடொன்று இணைக்கப்பட்டுள்ளது மற்றும் ஒருவருடைய பாவங்களின் பின்விளைவுகள் காரணமாக நிச்சயமாக மற்றவர்களைப் பாதிக்கின்றன. கடவுள் விளைவுகளைத் தடுத்து நிறுத்தினால், அவர் மனிதனுக்கு கொடுத்த சுயாதீன விருப்பத்தில் குறுக்கிடுவதாக இருக்கும் மற்றும் மாறாத இயல்புடைய அவரது பண்பு கேள்விக்குரியதாகும். ஆனால், யாரோ ஒருவரின் தவறு காரணமாக, ஒருவர் அவரிடம் மன்றாடும்போது அல்லது அவரைச் சார்ந்திருக்கும்போது, நம் வரையறுக்கப்பட்ட மனதுக்கு அணுக முடியாத அதிசயமான வழிகளில், பாதிக்கப்பட்டவர்களுக்கு உதவவும், பாதிக்கப்பட்டவர்களுக்கு ஆறுதலளிக்கவும் கடவுள் தனது வல்லமை மற்றும் ஞானத்தால் விஷயங்களைக் கையாள்கிறார்.

கர்த்தர் எரேமியா மூலம் இவ்வாறு கேட்கிறார், ' கடவுளின் வார்த்தையைக் கேட்க வாய்ப்பைப் பெற்றவர்களின் அநீதிகள் மற்றும் மறுப்புகளுக்காக அவர்களைத் தண்டியாமல் இருப்பேனோ' (எரேமியா 5 அதி).

பவுல் கொலோசேயருக்கு இவ்வாறு எழுதுகிறார், 'அநியாயம் செய்கிறவன் தான் செய்த அநியாயத்திற்குரிய பலனை அடைவான்; பட்சபாதமே இல்லை.' (கொலோ 3:25).

6.7. நன்மை Vs பூரணமின்மை:

கடவுள் படைத்தபோது எல்லாம் நன்றாக இருந்தது. கடவுள் ஒவ்வொருவராகப் படைத்து அது நல்லது என்று கண்டார். கடவுள் படைத்த அனைத்திற்கும் ஒரு நோக்கம் இருக்கிறது. நம்மைச் சுற்றியுள்ள படைப்பை நாம் ஆழமாகப் பார்த்தால், எல்லாவற்றையும் நாம் பாராட்ட முடியும், ஆல்கஹால் கூட மருந்தாக அல்லது எரிபொருளாகப் பயன்படுத்தப்படலாம், அதன் பண்புகளைப் புரிந்துகொண்டு சரியாகப் பயன்படுத்தினால், அது நிச்சயமாக ஆக்கபூர்வமானதாக இருக்கும். மனிதன் தன்னைச் சுற்றியுள்ள எல்லாவற்றிலும் கடவுளை மறந்து, மனித குலத்தின் நலனுக்காகவும் படைப்புக்காகவும் கடவுள் வகுத்த வரம்புகளையும் எல்லைகளையும் கவனிக்காமல் தனது ஆசைகளைப் பூர்த்தி செய்ய முயற்சிக்கும்போது, உணவு கூட விஷமாக மாறி அழிவை ஏற்படுத்தும்.

> "தேவன் படைத்தவைகள் அனைத்தும் நல்லதாக இருக்கிறது; நன்றியோடு ஏற்றுக்கொள்ளப்படுமானால் ஒன்றும் தள்ளப்படவேண்டியது இல்லை. அது தேவவசனத்தினாலும் ஜெபத்தினாலும் பரிசுத்தமாக்கப்படும்." – 1தீமோத்தேயு 4:4,5

மனிதனுடைய அக்கிரமம் பூமியிலே பெருகினது என்றும், அவனுடைய இருதயத்தின் நினைவுகளின்

தோற்றமெல்லாம் நித்தமும் பொல்லாததே என்றும், கர்த்தர் கண்டார் (ஆதி. 6:5).

கடவுள் மனிதனை தனது சாயலில் படைத்தார், சுயாதீனம் என்பது கடவுளின் அத்தகைய பண்புகளில் ஒன்றாகும். மனிதர்களுக்குக் கொடுக்கப்பட்டிருக்கும் சுயாதீனத்தை கடவுள் ஒருபோதும் திரும்பப் பெறுவதில்லை. பொருட்கள், யோசனைகள், உடல், எண்ணங்கள் மற்றும் உணர்ச்சிகள் மனிதகுலத்திற்கான ஆக்கபூர்வமான மற்றும் அழிவுகரமான காரியங்களில் ஒவ்வொருவரும் பங்கு கொள்கிறார்கள்.

ஒவ்வொருவரின் உடல் தேவைகளையும், அனைத்தையும் கடவுள் கவனித்துக்கொள்கிறார், ஆனால் மனத் தேவையைக் கடவுளை அறிகின்ற அறிவால் மட்டுமே பூர்த்தி செய்ய முடியும். நம் வாழ்வில் சரியான கடவுள் இருப்பது நன்மையையும், நம் வாழ்வில் சரியான கடவுள் இல்லாதது பூரணமின்மையும் தருகிறது.

6.8 பொதுவான Vs குறிப்பிட்ட:

வேதாகமத்தில், சில நேரங்களில் மக்கள் மிகவும் கொடூரமானதாகத் தோன்றக்கூடிய சில வழிகளைப் பின்பற்றினர் (நியாதிபதிகள் 21ch). அவர்களின் முந்தைய செயல்களின் விளைவுகளே இதற்குக் காரணம். சில சமயங்களில் கடவுள் கொடூரமாகத் தோன்றும் ஒன்றைச் சொல்லி இருக்கலாம் (1 சாமு 15:3). எல்லா மக்களையும் பாவத்தின் தடுமாற்றங்களிலிருந்து மீட்பதற்கும், அவருடன் ஒப்புரவு ஆவதற்கும் கடவுளின் நித்திய திட்டத்தால் அவர் அவ்வாறான காரியங்களைக் குறிப்பிட்டிருக்கலாம், மேலும் இயேசு கிறிஸ்து மூலம் கிடைக்கப்பெறும் பெரும் மகிழ்ச்சியின் நற்செய்தியைக் கண்டறிவதற்கு அவர் அனைவரின் மீதும் கொண்ட அன்பின் காரணமாகவும் அவ்வாறு இருக்கலாம்.

ஏதோ ஒரு நாடு நம் பூர்வீக மக்களுக்கு எதிராகக் கொடூரமாக, எதையும் பொருட்படுத்தாமல் போர் தொடுக்கிறது என்று வைத்துக்கொள்வோம். ஏதாவது காரணத்திற்காக, நாம் அவர்களை நேசிக்க வேண்டும் எனச் சொல்லி அவர்கள் நம்மைச் சுரண்ட அனுமதிப்போமா? நாம் உச்சக்கட்டமாக நம்மைப் பாதுகாத்துக்கொள்வோம், மேலும் செயல்பாட்டில் நம்மைப் பாதுகாத்துக் கொள்ள மற்ற தேசத்தைப் புண்படுத்துவோம். ஒருவர் உயிர் பிழைத்தாலும் பழிவாங்கும் நிலை ஏற்படும். மேலும், நிலத்தின் வளத்தை விட்டுவிட்டால், போரிட்டவர்கள் பொருட்களில் கவனம் செலுத்தலாம் மற்றும் சுற்றியுள்ள மற்ற எளிய நாடுகளுடன் அதையே செய்ய முயற்சி செய்யலாம். கடவுள் எல்லாவற்றைக் குறித்தும் கரிசனையுள்ளவராக இருப்பவர், மேலும் இஸ்ரவேலுடனும் இதே போன்ற விஷயங்களைக் கையாண்டிருப்பார் மற்றும் அவருடைய பெரிய நோக்கத்தை நிறைவேற்ற அவர்களுக்கு அறிவுரைகளை வழங்கியிருப்பார்.

ஒரு குறிப்பிட்ட நபர் அல்லது குழுவுடன் தொடர்புடைய நிகழ்வுகள் மற்றும் போதனைகளை விளக்குவதில் நாம் கவனமாக இருக்க வேண்டும். முழு வேதாகமத்தின் வெளிப்பாட்டில் மட்டுமே, பயன்பாட்டிற்கான அனுமானத்தை நாம் எடுக்க வேண்டும். இயேசு இஸ்ரேல் என்ற ஒரு தேசத்தில் பிறக்கத் திட்டமிடப்பட்டார், அது இஸ்ரேல் என்னும் தேசமாக இல்லாதிருந்தால் வேறொரு தேசமாக இருந்திருக்கும். அந்த நாட்டின் பெயர் ‘இஸ்ரேல்’ என்று இல்லாமல், ‘இந்தியா’ என்று இருந்திருந்தால் அது பெரிய மாற்றத்தை ஏற்படுத்தியிருக்காது. கிறிஸ்து ஒரு கோத்திரத்தில் பிறக்க வேண்டும், அது கடவுளுடைய நேரம் வரை பாதுகாக்கப்பட வேண்டும், அதை மேலும் விவரிக்க நம்மிடம் போதுமான பதில் இல்லை. இஸ்ரவேலர்களும் கூடத் தங்கள் கீழ்ப்படியாமையின் காரணமாகக் கடவுளின் திட்டத்திலிருந்து விலகினர் மற்றும் துன்பப்பட்டனர்,

மேலும் வரலாற்றின் சில காலகட்டங்களில் பிற நாடுகள் அவர்கள் மீது ஆதிக்கம் செலுத்தினர். மேலும், மற்ற கோத்திரங்களைச் சேர்ந்த பலர் தங்கள் நற்செயல்கள் அல்லது கடவுளிடமுள்ள பயத்தின் காரணமாக அங்கீகரிக்கப்பட்டனர் (யாத். 1: 17-20; ரூத் 1:16, முதலியன).

ஓசியாவிடம் ஒரு விபச்சாரியை மணந்துகொள்ளும்படி தேவன் சொன்ன ஒரு சூழ்நிலையும் இருந்தது (ஓசியா 1:2,3). இஸ்ரேல், அவர்களின் நிலை மற்றும் அவர்கள் மீதான கடவுளின் அன்பை மீண்டும் மீண்டும் தோல்விகளுக்குப் பிறகும் நிரூபிக்க ஏதுவாக இது ஒரு நோக்கத்தைக் கொண்டுள்ளது, ஏனெனில் அவர்களின் காதுகள் கடவுளின் குரலுக்கு மூடப்பட்டன.

கடவுளுடனான நமது உறவின் அடிப்படையில் நாம் நம்மை விசுவாசிகள், சீடர்கள் அல்லது கடவுளின் தலைவர்கள் என்று அழைக்கலாம். அதன்படி, நமக்காகப் பயன்படுத்துவதற்கான கட்டளைகளையும் வாக்குறுதிகளையும் நாம் எடுத்துக்கொள்கிறோம், ஆனால் நமது செயல்களும் வார்த்தைகளும் நம்மைப் பற்றி நாம் என்ன நினைக்கிறோம் என்பதை உறுதிப்படுத்த வேண்டும்.

6.9 நித்தியம் Vs மரணம்:

வேதாகமம் முழுவதும், மூன்று அம்சங்கள் முக்கியமானவை மற்றும் அழியாதவை என்பதை நாம் காணலாம்.

அ. தேவன் - ஆதியாகமம் 21:33, உபாகமம் 33:27, ஏசாயா 26:4, ரோமர் 16:26, 1தீமோத்தேயு 1:17, சங்கீதம் 93:2

ஆ. வார்த்தை – சங்கீதம் 119:89, 119:160

ஈ. மக்கள் - பிரசங்கி 3:11

'என்னுடைய ஆயுசு நாட்கள் சாய்ந்துபோகிற நிழலைப்போலிருக்கிறது; புல்லைப் போல் உலர்ந்துபோகிறேன். தேவனாகிய நீரோ என்றென்றைக்கும் இருக்கிறீர்; உம்முடைய பெயரின் புகழ் தலைமுறை தலைமுறையாக நிற்கும்', என்று சங்கீதக்காரர் எழுதுகிறார் (சங்கீதம் 102:11).

பிரசங்கியின் ஆசிரியர், மண்ணானது அப்படியே பூமிக்குத் திரும்புகிறது என்றும், ஆவி அதைக் கொடுத்த தேவனிடத்திற்கு திரும்புகிறது என்றும் கூறுகிறார் (Ecc 12:7; 3:20, Gen 3:19).

"புல் உலர்ந்தது, அதின் பூவும் உதிர்ந்தது. கர்த்தருடைய வசனமோ என்றென்றைக்கும் நிலைத்திருக்கும்;" உங்களுக்கு நற்செய்தியாக அறிவிக்கப்பட்டு வருகிற வசனம் இதுவே (1 பேதுரு 1:24, 25).

7.0 கடவுளின் இறையாண்மை பற்றிய தவறான கருத்துக்கள்:

சில விலகல்களுடன் 'கடவுளின் இறையாண்மை' பற்றிய புரிதல் ஒரு நபரைத் தவறான நம்பிக்கைகளைப் பிடிக்கச் செய்யலாம் மற்றும் கடவுள் நாம் வாழ விரும்பும் வாழ்க்கை முறையைப் பாதிக்கலாம். மனிதனுக்கான கடவுளின் நோக்கத்தையும் விருப்பத்தையும் நாம் தாமே மறுத்து, நிறைய சார்பியல் அணுகுமுறைகளில் (relativistic approaches) ஈடுபடலாம். கடவுளின் இறையாண்மை பற்றிய பொதுவான தவறான கருத்துக்கள் சில:

- கடவுள் ஒவ்வொருவரின் மீதும், எல்லாவற்றின் மீதும் கட்டுப்பாட்டில் இருக்கிறார், மேலும் அவர் மனிதனின்

பதிலைப் பொருட்படுத்தாமல் அவர் விரும்பியதைச் செய்கிறார்.

- கடவுள் எல்லாவற்றையும் முன்னரே தீர்மானிக்கிறார், நாம் எதையும் செய்ய வேண்டியதில்லை, நம்மால் எதையும் செய்ய முடியாது.
- துன்பம் அவிசுவாசிகளுக்கு மட்டுமே ஏற்படும் அல்லது துன்பம் விசுவாசிகளுக்கு மட்டுமே ஏற்படும்.
- கடவுள் இறையாண்மையுள்ளவராக இருந்திருந்தால், உலகில் பாவமும் துன்பமும் இருக்க அவர் அனுமதித்திருக்க மாட்டார்.
- கடவுள் இறையாண்மையில் முழுமையில்லாது இருப்பதைத் தேர்ந்தெடுக்கலாம்.
- மனிதனின் பங்கு அவனுக்கு இரட்சிப்பைச் சம்பாதிப்பதில்லை, மாறாகக் கடவுளின் இறையாண்மையைப் பெறுகிறது.
- கடவுள் இறையாண்மையுள்ளவர், மனிதன் கடவுளை நோக்கி ஜெபித்து வணங்க வேண்டியதில்லை.
- மனிதனுக்கு சுதந்திரம் உள்ளது மற்றும் கடவுள் இறையாண்மை கொண்டவர் அல்ல. கடவுள் இறையாண்மை கொண்டவர், மனிதனுக்கு சுதந்திரம் இல்லை.

முடிவுரை:

நம்முடைய கடவுள் கொடுத்த மிகப் பெரிய கட்டளை என்னவென்றால், "உன் தேவனாகிய கர்த்தரிடத்தில் உன் முழு இருதயத்தோடும் உன் முழு ஆத்துமாவோடும் உன் முழு மனதோடும் அன்புசெலுத்துவாயாக; இது முதலாம் பெரிய கட்டளை. இதற்கு இணையாக இருக்கிற இரண்டாம் கட்டளை என்னவென்றால், உன்னிடத்தில் நீ அன்புசெலுத்துவதுபோல மற்றவனிடத்திலும் அன்புசெலுத்துவாயாக என்பதே. இவ்விரண்டு கட்டளைகளிலும்

நியாயப்பிரமாணம் முழுவதும், தீர்க்கதரிசனங்களும் அடங்கியிருக்கிறது." (மத்தேயு 22:36-40).

கடவுளின் தன்மையையும் இறையாண்மையையும் நாம் அறிந்து, புரிந்துகொண்டு, ஒப்புக்கொள்ளும்போதுதான் வாழ்க்கையின் எல்லாச் சூழ்நிலைகளிலும் கடவுளை நேசிப்பது சாத்தியமாகும். மேலும், இறையாண்மையுள்ள கடவுளின் செயல்களை நாம் அனுபவித்து, கடவுளுடைய வார்த்தையை நம் வாழ்வில் பயன்படுத்தும்போது மட்டுமே நம்மையும் மற்றவர்களையும் நேசிப்பது சாத்தியமாகும்.

உலகில் இருக்கும் ஒவ்வொரு விசுவாசியும் கடவுளின் உக்கிராணக்காரர் ஆவார், ஏனென்றால் அவர்கள் கடவுளின் மகன்கள்/மகள்களாக இருப்பதன் மூலம் பங்காளிகளாகிவிட்டனர். கடவுளின் படைப்பு மற்றும் உடைமைகளுக்கு நாம் பொறுப்பாளிகளாக உள்ளோம். கடவுள் எல்லாவற்றையும் படைத்த பிறகு, உலகத்தின் தொடக்கத்திலிருந்தே, கடவுள் மனிதனை ஏதேன் தோட்டத்தில் வைத்து அதைப் பண்படுத்திப் பராமரித்தார் (ஆதியாகமம் 2:15). மேலும் கடவுள் மிருகங்களையும் பறவைகளையும் பெயரிடும்படி மனிதனிடம் கொண்டு வந்தார் (ஆதியாகமம் 2:19). கடவுள் சர்வ வல்லமையுள்ளவர் மற்றும் அவர் தனது படைப்புகளுக்கு அவர் விரும்பும் எதையும் செய்ய அனைத்து உரிமையும் அதிகாரமும் கொண்டவர், ஆனால் அவர் எப்போதும் நியாயமானதையும் நீதியானதையும் செய்கிறார் (தானியேல் 4: 34, 35). கடவுளின் இறையாண்மையை உண்மையான மனதுடன் அறிந்தவர், தன் சுயநலத்தைத் துடைத்து உக்கிராணத்துவத்தை புரிந்துகொள்வதனால், எதற்காகவும் அவரைக் குறை கூறமாட்டார் (ரோமர் 9 ம் அதிகாரம்).

மேலும் கற்றலுக்கு:

1. https://biblicalbasis2021.blogspot.com/2024/03/doctrine-of-sovereignty-of-god.html

பரிசுத்த வேதாகமம் பற்றிய வேதாகம போதனை

அறிமுகம்:

'பரிசுத்த வேதாகமம்' பற்றிய வேதாகம போதனை ஒவ்வொரு விசுவாசிகளுக்கும் முக்கியமானதாகும், ஏனெனில் மற்ற எல்லா முறைமைகளையும், நம்பிக்கைகளையும், மதிப்பீடுகளையும் சரி என்று நிச்சயித்து அங்கீகரித்துக் கண்டுபிடிக்கவும், அறியவும், முயற்சிக்கவும், அனுபவிக்கவும் வேதாகமே சாத்தியக்கூறு ஆகும். ஏனெலில் சர்வ வல்லமையுள்ள, உலகம் அனைத்தையும் படைத்த தேவனை நம்புபவர் இப்படியாக நிச்சயிப்பர்,

"உலகில் உள்ள அனைத்திற்குமான தீர்வு, உலகின் அனைத்தின் மூலக்காரணரிடமிருந்துதான் உள்ளது."

மனிதரிடத்தில் காணப்படுகின்ற எல்லா வேறுபாடுகள் மத்தியிலும் வேதாகமம் சமமான ஆற்றலை வெளிப்படுத்துகின்றது. பணக்காரனானாலும் ஏழையானாலும், படித்தவரானாலும் படிக்காதவரானாலும், குழந்தையானாலும் பெரியவராயினும், அனைவருக்கும் பயனளிக்க கூடியது. வேதாகமம் ஆசிர்வாதங்களை மாத்திரம் சொல்வதில்லை, அதைப் பெற்று கொள்வதற்கு பின்பற்ற வேண்டிய கட்டளைகளையும் எடுத்துரைக்கிறது. பாவங்களின் விளைவுகளை மாத்திரம் கூறவில்லை அதிலிருந்து விடுதலை பெற்றுக்கொள்ள கூடிய வழிகளையும் கூறுகிறது. வேதாகமம் அபிரகாமிலிருந்து தாவீதிலிருந்து பேதுரு வரை, மனிதருடைய சிறந்த தன்மைகளை மட்டும் விளக்கவில்லை, அவர்களுடைய தவறுகளையும் விளக்குகிறது. வேதாகமம் ஜீவனுள்ள தேவனுடைய தன்மைகளை அவருடைய படைப்புகளுக்கு வெளிப்படுத்துகிறது. வரலாறு முழுவதும் உற்று நோக்கினால், வேதாகமத்தைப் போல ஒரு தனிநபரை மாற்றும் சக்தி கொண்ட வேறு எந்தப் புத்தகமும் பூமியின் முகத்தில் இல்லை.

வேதாகமம் 66 புத்தகங்களைக் கொண்டுள்ளது, அவை பழைய ஏற்பாட்டின் 39 புத்தகங்களாகவும், புதிய ஏற்பாட்டின் 27 புத்தகங்களாகவும் பிரிக்கப்பட்டுள்ளது. வேதாகமத்தில் வரலாறும், கவிதைகளும், தீர்க்கதரிசனமும், போதனைகளும் அடங்கிய வெவ்வேறு அழகிய இலக்கிய நடைகளும் வடிவங்களும் உள்ளன. வேதாகமம் சுமார் 1600 ஆண்டுகளில், 40 ஆக்கியோன்களால் எழுதப்பட்டுள்ளது. ஆக்கியோன்கள் ஒருவரோடு ஒருவர் தொடர்புடையவராய் இல்லாதிருந்தாலும், வெவ்வேறு சூழ்நிலையிலிருந்து வந்திருந்தாலும், அவர்களுடைய எழுத்துக்கள் முரண்படவில்லை.

1.0 சொற்பிறப்பியல் மற்றும் ஒத்த சொற்கள்:

பொதுவாக நம் கையில் இருக்கும் வேதாகமத்தைக் குறிக்கப் பயன்படுத்தப்படும் 'பைபிள்' என்ற தமிழ்ச் சொல் கொய்னே (Koinē) கிரேக்கத்திலிருந்து பெறப்பட்டது: τὰ βιβλία, ரோமானியம்: தா பிப்லியா, அதாவது "புத்தகங்கள்" (ஒருமை βιβλίον, பிப்லியான்). βιβλίον என்ற வார்த்தையே "சுருள்" என்ற நேரடிப் பொருளைக் கொண்டிருக்கிறது மற்றும் "புத்தகம்" என்பதற்கான சாதாரண வார்த்தையாகப் பயன்படுத்தப்பட்டது.

பழைய ஏற்பாட்டில் வேதாகமத்தை முழுவதுமாகவோ அல்லது பகுதியாகவோ தமிழில் மற்றும் ஹீப்ருவில் குறிப்பிடுவதற்குப் பயன்படுத்தப்படும் சில சொற்கள்: வார்த்தை (எழுதியிருக்கிறபடி) (தபார்- דבר) (2 நாளா 30:5), வேதத்தை (தோரா- תורתך)(சங்கீதம் 119: 34), சாட்சிகள் (ஏடா/ ஏடோத்- עדות /עדת) (சங்கீதம் 119: 2, 111), கட்டளைகள் (பிக்யூடிம்- פקודיך) (சங்கீதம் 119:168), பிரமாணங்கள் (கோக்/ கோக்வா) (சங்கீதம் 119: 5, 12), கற்பனைகள்

(மிட்ஸ்வா- ךיתוצמ) (சங்கீதம் 119:32), மற்றும் நீதிநியாயங்கள் (மிஸ்பாட்- טפשמ) (சங்கீதம் 119:7).

பழைய ஏற்பாட்டு ஆவணங்களை முழுமையாகவோ அல்லது பகுதியாகவோ குறிக்க "வேதம்" என்ற வார்த்தை புதிய ஏற்பாட்டில் அடிக்கடி பயன்படுத்தப்படுகிறது. கிராபே (γραφή) (மத்தேயு 21:42) என்ற வார்த்தை கிரேக்க மொழியில் வேதத்திற்கு பயன்படுத்தப்படுகிறது. வேதத்திற்குப் பயன்படுத்தப்படும் இதே போன்ற சொற்கள் வார்த்தை (லோகோஸ்- λόγος) (யோவான் 1:1), பிரமாணங்கள் (நோமோஸ்- νόμος) (எபி. 8:10), கட்டளைகள் (டிகாய்யோமா- διατάγμας) (லூக்கா 1:6), நியமங்கள் (என்டோல்- εντολές) (லூக்கா 1:6), மற்றும் சுவிசேஷம்/ நற்செய்தி (இவான்ஜெலியோ- Ευαγγέλιο) (மத் 4:23).

2.0 தேவனால் அருளப்பட்டது:

'தேவனால் அருளப்பட்ட' என்பதன் கிரேக்க வடிவம் தியோஸ்=கடவுள் மற்றும் நெனின்= சுவாசிக்க என்ற இரண்டு கிரேக்க வார்த்தைகளைக் கொண்டுள்ளது. அருளப்பட்ட(Inspired) என்ற வார்த்தை மொழி சார்பில் "தேவனால் சுவாசமளிக்கப்பட்ட" என்ற பொருள் தரும். தேவனால் அருளப்பட்டு இருந்தாலும், தேவன் ஒரு போதும் ஆக்கியோன்களுடைய மொழி நடையிலும், பாணியிலும் குறுக்கிடவில்லை. இவையே வேதாகமம் அதன் தன்மையில் நீடித்திருப்பதற்கும், உலகமுழுவதும் பரவுவதற்கும், நிலைத்திருப்பதற்கும், பரிசுத்தமாக இருப்பதற்கும் உதவுகிறது. இயேசுவும், அப்போஸ்தலர்களும் வேதாகமத்தின் அதிகாரத்தை, உபயோக படுத்தியதன் மூலம் உறுதிப்படுத்தியுள்ளனர். அருளப்படுதல் என்பது எடுத்து கூறுவதோ அல்லது கூட இருந்து செயல்படுவதோ இல்லை; அது தவறு நிறைந்த மனிதனை

கட்டுபடுத்த, வெறும் ஒரு மேற்பார்வையாகும். வேதாகமத்தின் ஆக்கியோன்கள் அனைவரும் மிகவும் பரிசுத்தமானகவர்களாக இருக்கவில்லை, ஆனால் அவர்கள் தவறு செய்தவுடன் நிறைய நேரங்களில் கடவுளிடத்திற்கு மனம்திரும்பி, தங்களை தேவனுடைய சித்தத்திற்கு சமர்பித்தார்கள். அவர்கள் தங்களுடைய பலவீனங்களைப் புரிந்துகொண்டு, தேவனுக்கு பயந்து, அவரை மகிமைப்படுத்தி, தேவனுடைய சத்தியங்களை அறிவிக்கத்தக்க ஒரு பாத்திரமாய் ஒப்புக்கொடுத்தார்கள்.

பேதுரு இவ்வாறு உறுதிப்படுத்துகிறார், “வேதத்தில் உள்ள எந்தத் தீர்க்கதரிசனமும் தீர்க்கதரிசியினுடைய சொந்த விளக்கமாக இருக்காது என்று நீங்கள் முதலில் அறிய வேண்டும். தீர்க்கதரிசனமானது ஒருகாலத்திலும் மனிதர்களுடைய விருப்பத்தினாலே உண்டாகவில்லை; தேவனுடைய பரிசுத்த மனிதர்கள் பரிசுத்த ஆவியானவராலே ஏவப்பட்டுப் பேசினார்கள்.” (2 பேதுரு 1:20, 21)

பவுல் இவ்வாறு எழுதுகிறார், "வேத வாக்கியங்களெல்லாம் தேவனால் அருளப்பட்டிருக்கிறது; தேவனுடைய மனிதன் தேறினவனாகவும், எந்த நல்லசெயல்களையும் செய்யத் தகுதியுள்ளவனாகவும் இருக்கும்படியாக, அவைகள் உபதேசத்திற்கும், கடிந்துகொள்ளுதலுக்கும், சீர்திருத்தலுக்கும், நீதியைப் படிப்பிக்குதலுக்கும் பிரயோஜனமுள்ளவைகளாக இருக்கிறது." (2தீமோத்தேயு 3:16,17)

2.1 தவறின்மை:

காலப்போக்கில் நகலெடுக்கும் போது அறிமுகப்படுத்தப்பட்ட சில முக்கியத்துவமற்றப் பிழைகளைத் தவிர இன்று நம்மிடம் உள்ள

வேதாகம மொழிபெயர்ப்புகள், அடிப்படையில் பழங்கால வேதாகம கையெழுத்துப் பிரதிகளைப் போலவே உள்ளன என்பதை "உரை விமர்சனம்" என்ற கல்வித் துறையானது உறுதிப்படுத்துகிறது. முதல் அச்சு இயந்திரம் கண்டுபிடிக்கப்படுவதற்கு முன்பே வேதாகமம் நூற்றுக்கணக்கான ஆண்டுகளாகக் கையால் நகலெடுக்கப்பட்டது என்பதை நாம் நினைவில் கொள்ள வேண்டும். இருப்பினும், உரை மிகவும் நன்றாகப் பாதுகாக்கப்பட்டுள்ளது. முழு புதிய ஏற்பாட்டையும் உருவாக்கும் சுமார் 20,000 வரிகளில், 40 வரிகள் மட்டுமே கேள்விக்குரியவை. இந்த 40 வரிகள் முழு உரையின் ஒரு சதவீதத்திலும் கால் பகுதியாக உள்ளன, மற்றும் புதிய ஏற்பாட்டின் போதனை மற்றும் வேதாகம போதனையை எந்த வகையிலும் பாதிக்கவில்லை.

இரண்டாவது மிகவும் பாதுகாக்கப்பட்ட பண்டைய ஸ்கிரிப்ட் ஹோமரின் உன்னதமான 'ஹோமரின் இலியாட் (Homer's *Iliad)'* உடன் ஒப்பிட்டால், அதின் மொத்த 15,600 வரிகளில், 764 வரிகள் கேள்விக்குரியவை. இந்த 764 வரிகள் முழு உரையின் 5% க்கும் அதிகமானவற்றைக் குறிக்கின்றன, ஆனால் அந்தப் பண்டைய படைப்பின் பொதுவான ஒருமைப்பாட்டைக் குறித்து யாரும் கேள்வி கேட்கவில்லை. வெஸ்ட்காட் மற்றும் ஹார்ட், 1870களில், கோடெக்ஸ் சினைட்டிகஸ் (Codex Sinaiticus) மற்றும் கோடெக்ஸ் வாடிகனஸ் (Codex Vaticanus) ஆகியவற்றை அடிப்படையாகக் கொண்ட டெக்ஸ்டஸ் ரெசெப்டஸ் (Textus Receptus) அல்லது வேறு எந்தக் கிரேக்க உரையை ஒருவர் பயன்படுத்தியிருந்தாலும் கூடப் புதிய ஏற்பாட்டு வார்த்தைகள் 98.3% க்கு மேல் தூய்மையாக இருக்கும் என்று கூறுகின்றனர்.

தாவீது இவ்வாறு கூறுகிறார், "கர்த்தருடைய வார்த்தை குறைபாடற்றது." (2சாமுவேல் 22:31, சங்கீதம் 12:6)

அகூர் இவ்வாறு கூறுகிறார், "தேவனுடைய வசனமெல்லாம் புடமிடப்பட்டவைகள்;" (நீதிமொழிகள் 30:5)

பேதுரு இவ்வாறு கூறுகிறார், "அதிக உறுதியான தீர்க்கதரிசன வசனமும் நமக்கு உண்டு;" (2 பேதுரு 1:19)

2.2 உண்மை மற்றும் மாறாதது:

ஹெர்மெனிடிக்ஸ் (Hermeneutics) என்பது வேதாகமத்தை விளக்கும் அறிவியல். வேதாகமம் சரியாக விளக்கம் அறியப்பட்டால் தவறுகள் அதில் இருக்காது. எனவே வேதாகமத்தை நாம் எவ்வாறு விளக்குகிறோம் என்பது முக்கியமானது. வேதாகமம் வேதாகமத்தின் மூலமும், தேவனுடைய ஆவியின் உதவியாலும், சூழலாலும், பொருளாலும், ஆசிரியரின் நோக்கத்தாலும் விளக்கப்பட வேண்டும். இன்றைய காலக்கட்டத்தில் மக்கள் தவறான விளக்கத்தால் எண்ணங்களில் வேறுபட்டாலும். வேதாமத்தின் வார்த்தைகள் உண்மை மற்றும் அதன் தன்மையில் என்றும் மாறாதது.

“தேவனுடைய வசனமே சத்தியம்.” என்று யோவான் கூறுகிறார். (யோவான் 17:17)

சங்கீதக்காரன் இவ்வாறு எழுதுகிறார், "உம்முடைய வசனம் முழுவதும் சத்தியம்," (சங்கீதம் 119:160)

யோவான் இவ்வாறு எழுதுகிறார், “ஒருவன் இந்தத் தீர்க்கதரிசன புத்தகத்தின் வசனங்களிலிருந்து எதையாவது எடுத்துப்போட்டால், ஜீவபுத்தகத்திலிருந்தும், பரிசுத்த நகரத்திலிருந்தும், இந்தப் புத்தகத்தில் எழுதப்பட்டவைகளில்

இருந்தும், அவனுடைய பங்கைத் தேவன் எடுத்துப்போடுவார்." (வெளிப்படுத்துதல் 22:19)

2.2.1. மொழிபெயர்ப்பு Vs விளக்கம்

வேதாகம விளக்கங்கள் மற்றும் வேதாகம மொழிபெயர்ப்புகள் பற்றிப் பொதுவாகத் தவறான புரிதல் உள்ளது. வேதாகமம் பெரும்பாலும் அதன் அசல் மொழிகளிலிருந்து மொழிபெயர்க்கப்பட்டுள்ளது, ஆனால் அது மாற்றப்படவில்லை, விளக்கப்படவில்லை அல்லது காலப்போக்கில் இடைக்கணிக்கப்படவில்லை. இன்றைய வேதாகமங்கள் பிற விளக்கங்களிலிருந்து மொழிபெயர்க்கப்பட்ட நூல்களின் மொழிபெயர்ப்புகள் அல்ல - அவை பண்டைய மூல கையெழுத்துப் பிரதிகளுக்குச் செல்கின்றன. இன்றைய வேதாகமம் மொழிபெயர்ப்புகளுக்கு இடையே உள்ள முதன்மை வேறுபாடுகள், மொழிபெயர்ப்பாளர்கள் ஒரு வார்த்தை அல்லது வாக்கியத்தை அசல் மொழியிலிருந்து (ஹீப்ரு, அராமிக் மற்றும் கிரேக்கம்) எவ்வாறு விளக்குகிறார்கள் என்பதோடு தொடர்புடையது. இது வேறு எந்த மூல மொழியிலிருந்து தமிழில் மொழிபெயர்க்கப்பட்டு நாம் படிக்கும் எந்தப் புத்தகத்தையும் விட வேறுபட்டதல்ல. தெளிவு தேவையென்றால், ஒன்றுக்கு மேற்பட்ட மொழிபெயர்ப்புகளைப் பார்ப்பதன் மூலம் சிக்கலை எப்போதும் சமாளிக்க முடியும்.

2.3 தேவனுடைய வார்த்தையின் நித்திய தன்மை:

கடவுளின் வார்த்தை ஒருபோதும் மாறாது மற்றும் கடவுள் நித்தியமானவர், அதே போல் அவருடைய வார்த்தையும் நித்தியமானது. இருப்பினும், வேதாகமத்தின் நித்தியத் தன்னையை கருத்தில் கொள்ளும் எண்ணங்களில் மெல்லிய வேறுபாடுகள் உள்ளன. அருளப்பட்ட 'கடவுளின் வார்த்தையாக' வேதாகமம் பிழையற்றது மற்றும் அதன் அசல் தன்மையில் தூய்மையானது.

ஆனால் 1451 இல் குட்டன்பெர்க்கால் (Guttenberg) வெளியிடப்பட்ட முதல் அச்சிடப்பட்ட வேதாகமம் வரைக்கும் மற்ற அனைத்தும் கையால் எழுதப்பட்ட பிரதிகள் அல்லது மொழிபெயர்ப்புகள் மற்றும் மொழிபெயர்ப்பாளர்கள் தங்கள் எண்ணங்கள் மற்றும் பேச்சுவழக்குகளில் வேறுபடுகிறார்கள், அதனால் எப்போதும் நகலெடுக்கும் போது ஏற்படும் பிழைகள் அல்லது துல்லியமில்லாத சொற்களைப் பயன்படுத்தியிருக்கும் பிழைகளைக் கொண்டிருக்கலாம். ஏனென்றால், நடைமுறை மற்றும் உண்மையானது "தவறுவது மனித இயல்பு" என்ற ஒரு பழமொழிக்கு ஒத்திருக்கிறது. வேதாகமத்திலும் நடைமுறையிலும் கடவுள் மாறாதவர், மனிதன் எப்போதும் மாறிக்கொண்டே இருக்கிறான்.

> சங்கீதக்காரன் இவ்வாறு கூறுகிறார், "உம்முடைய வசனம் முழுவதும் சத்தியம், உம்முடைய நீதி நியாயமெல்லாம் நித்தியம்." (சங்கீதம் 119:160)
>
> "வானமும் பூமியும் ஒழிந்துபோம், ஆனால் என் வார்த்தைகள் ஒழிந்துபோவதில்லை" என்று இயேசு கூறுகிறார் (மத் 24:35)

2.4 தீர்க்கதரிசனம் மற்றும் கடவுளுடைய வார்த்தையின் நிறைவேற்றம்:

தீர்க்கதரிசனத்தின் நிறைவேற்றம், பழைய ஏற்பாட்டிலும் புதிய ஏற்பாட்டிலும் கடவுளுடைய பேச்சாளர்கள் மற்றும் கடவுளின் வார்த்தையின் அதிகாரத்தைத் தீர்மானிக்கும் அளவுகோல்களில் ஒன்றாகும். தீர்க்கதரிசனம் என்பது நடக்கப்போவதை முன்பதாக அறிவிப்பது மட்டுமல்ல, நடப்பதையும் அதற்கான விளைவுகளையும் சேர்த்து அறிவிப்பதை உள்ளடக்கியது. எனவே, தீர்க்கதரிசனம் அல்லது பேசப்படும் வார்த்தையின்

நடைமுறைத்தன்மை, அது கடவுளால் அருளப்பட்ட வார்த்தைகள் என நாம் நம்புவதற்கு முக்கியமானது.

> இயேசு தம்மைக் கைது செய்வதற்கான வழியைத் தேடியவர்களுக்கும் (மாற்கு 12: 10-12) மற்றும் அவரிடம் கேள்வி கேட்டவர்களுக்கும் (லூக்கா 4:21) முன்பு எழுதப்பட்ட தீர்க்கதரிசனத்தைக் குறிப்பிடுகிறார்.
>
> யூதாஸைப் பற்றிப் பரிசுத்த ஆவியானவர் மூலம் தாவீது பேசிய வேதாகமத்தின் நிறைவேற்றத்தை பேதுரு சித்தரிக்கிறார். (அப்போஸ்தலர் 1:16)
>
> இயேசு மரித்தோரிலிருந்து உயிர்த்தெழுந்த பிறகு, சீடர்கள் இயேசு சொன்னதை நினைவு கூர்ந்தனர் மற்றும் வேதவாக்கியங்களையும் இயேசு சொன்ன வார்த்தைகளையும் நம்பினார்கள். (யோவான் 2:22)

2.5 கடவுளுடைய வார்த்தைக்கான உறுதிப்பாடு:

வேதங்களின் நம்பகத்தன்மைக்கு உறுதியளிக்கும் விஷயங்களில் ஒன்று, மறு அறிக்கைகள் மற்றும் மேற்கோள்கள் மூலம் வெவ்வேறு நபர்களால் மீண்டும் மீண்டும் உறுதிப்படுத்தப்படுவது. இயேசு கிறிஸ்துவே பழைய ஏற்பாட்டின் பல பகுதிகளை மேற்கோள் காட்டியுள்ளார். மேலும் அப்போஸ்தலர்களும் முந்தைய வேதங்களிலிருந்து பல விஷயங்களை மேற்கோள் காட்டியுள்ளனர். மேலும், வேதாகமம் அதன் முழு நோக்கத்திலும் ஒன்றுக்கொன்று முரண்படுவதில்லை.

மோசேயின் நியாயப்பிரமாணத்தைப் பற்றிக் கடவுள் யோசுவாவிடம் பலமுறை பேசுகிறார். மோசேயின் நியாயப்பிரமாணம் இராஜாக்கள், நாளாகமம், எஸ்ரா மற்றும் வேதாகமத்தின் பல புத்தகங்களின் பல ஆக்கியோன்களால் பல வசனங்களில் குறிப்பிடப்பட்டுள்ளது.

3. வழிமுறைப்படுத்துதல் (Canonization):

“கனான்(kanon)” என்ற கிரேக்க வார்த்தையின் பொருள் ‘வழிமுறை’ அல்லது ‘அளவிடப்படுவதற்கான கருவி’. ஆக்கியோனின் அபோஸ்தல தன்மை, எழுதி முடிக்கப்பட்ட காலம், நம்புவதற்கு ஏற்ற தொடர்புடைய நூல்கள், வரலாற்று உண்மைகள், கடவுளுடைய தன்மைகள், போன்ற வெளியுற காரியங்கள் வழிமுறைப்படுத்துதல் முறையில் பயன்படுகிறது. பழைய ஏற்பாட்டில் உள்ள வெளியாகம புத்தகங்கள் இன்னும் நிறைய மக்களால் பயன்படுத்தப்படுகின்றது, அவை நம்பக தன்மைக்குரிய தேர்வினை மேற்கொள்ளாததால், அவை நம்முடைய வேதாகமத்தில் உள்ள 66 புத்தகத்தில் இடம் பெறவில்லை. அவற்றைப் பயன்படுத்துவதில் தவறில்லை, எனினும் அவை நம்மைச் சத்தியத்திலிருந்து விலக்கிவிடாதபடி காத்துக்கொள்ள வேண்டும். கிமு 400 இல், நியாயப்பிரமாணம் மற்றும் பிற யூத வேதாகமங்கள் ரபிகளின் குழுவால் (யூத ஆசிரியர்கள்) ஒருங்கிணைக்கப்பட்டன, பின்னர் அவை அருளப்பட்டதாகவும் கடவுளின் புனிதமான அதிகாரமாகவும் படிப்படியாக அங்கீகரிக்கப்பட்டது. இன்று நாம் பயன்படுத்தும் வேதாகமத்தின் பழைய ஏற்பாடு புத்தகங்கள் இயேசு கிறிஸ்துவாலும், அபோஸ்தலர்களாலும் பயன்படுத்தப்பட்டுள்ளது. புதிய ஏற்பாட்டின் புத்தகங்கள் முக்கியமாக அபோஸ்தல ஆக்கியோன், திருச்சபையின் பயன்பாடு மற்றும் ஏற்றுக்கொள்ளல், எழுதப்பட்ட காலம், மற்றும் விசுவாசத்தின் இணக்கத்தினால் விதிமுறைக்கு உட்பட்டது. புதிய ஏற்பாட்டு புத்தகங்களை வழிமுறைப்படுத்த ஏறக்குறைய 400 வருடங்கள் தேவைப்பட்டது. இது முதல் நூற்றாண்டில் எழுதப்பட்டது, இரண்டாம் நூற்றாண்டில் தேவாலயங்களுக்கு இடையில் பரிமாறப்பட்டது, மூன்றாம் நூற்றாண்டில் சேகரிக்கப்பட்டது மற்றும் நான்காம் நூற்றாண்டில்

தேவாலயங்களின் மூப்பர்கள் ஒன்றிணைந்து புதிய ஏற்பாட்டின் 27 புத்தகங்களின் வேதாகமம் நியதியை உருவாக்கினர்.

3.1 தள்ளுபடியாகமம் (அபோக்ரிஃபா (Apocrypha))

தள்ளுபடியாகமம் என்பது வேதாகம திருமுறைப்படுத்துதலுக்கு ஒற்றுப்போகாத எழுதப்பட்ட காரியங்களாகும். தள்ளுபடியாகமம், வேதாகம புத்தகங்கள் அல்லது பகுதிகள் என்று அழைக்கப்படுவதற்கு ஏற்றவை அல்ல. தள்ளுபடியாகம புத்தகங்கள் அல்லது பகுதிகளாவன தோபித், ஜூடித், சாலோமோனின் ஞானம், ஜீசஸ் பென் சிரா (சிராக்), பாருக், ஜெரேமியின் கடிதம் (வல்கேட்டில் பாருக்கின் 6வது அதிகாரமாக உள்ளது), தானியேல் புத்தகத்தின் கூடுதல் பகுதிகள் (அசரியாஸ், சூசன்னா, பெல் மற்றும் டிராகனின் ஜெபம்), எஸ்தர் புத்தகத்தின் கூடுதல் பகுதிகள், 1 மக்காபீஸ், 2 மக்காபீஸ், 3 மக்காபீஸ், 1 எஸ்ட்ராஸ், முதலியன. தள்ளுபடியாகமம் கையெழுத்து பிரதிகள் கிறிஸ்தவ வேதாகமத்தோடு சேர்ந்தே நிலைத்திருக்கின்றன (உதரணத்திற்கு வாடிக்கானஸ் சுவடி, சினாய்டிகஸ் சுவடி, அலெக்ஸ்சான்றினஸ் சுவடி, வல்கேட், மற்றும் பேஷிட்டா). லூதர் (1534) மற்றும் ட்ரென்ட் (8 ஏப்ரல் 1546) இயற்றிய லூதரன் மற்றும் கத்தோலிக்க திருமுறைப்படுத்தலுக்கு பின்பு, ஆரம்ப கால கிறிஸ்தவ புரட்சி மொழிப்பெயர்ப்புகளில் (விசேஷமாக ஜெர்மனில் லூதருடைய வேதாகமம் மற்றும் 1611 இல் தமிழ்த்தில் ஜேம்ஸ் ராஜா பதிப்பு) தள்ளுபடியாகமத்தை ஒற்றிவைக்கவில்லை, ஆனால் அதைத் தனியாகத் தள்ளுபடியாகம பகுதியாக, பழைய மற்றும் புதிய ஏற்பாட்டிலிருந்து பிரித்து அமைத்திருந்தனர். மற்ற ஆதி கால நூல்களோடு, தள்ளுபடியாகமம் சில காரியங்களைப் பற்றி ஆராயத் தெரிந்துக்கொள்ள எப்பொழுதும் உதவுகிறது.

4.0 தேவனுடைய வார்த்தையைப் போதித்தல்:

வேதாகமத்தை சரியாகப் பின்பற்றியதற்காகவும், வேதாகமத்தை மொழிபெயர்த்து அனைவருக்கும் கிடைக்கச் செய்ததற்காகவும், வேதாகமத்தின் உண்மையான அர்த்தத்தைப் பிரசங்கித்ததற்காகவும் கற்பித்ததற்காகவும் பல உன்னத புனிதர்கள் திருச்சபையிலும் கூட நிறைய துன்பங்களை அனுபவித்தனர்.

> கர்த்தருடைய ஊழியக்காரன் தேவனுடைய வார்த்தையைச் சரியாகக் கையாள வேண்டும், அதனால் அவர் கடவுளால் அங்கீகரிக்கப்படுவார். (2 தீமோ 2:24, 25)
>
> பவுல் இவ்வாறு எழுதுகிறார் "வெட்கமான அந்தரங்க காரியங்களை நாங்கள் வெறுத்து, தந்திரமாக நடக்காமலும், தேவ வசனத்தைத் திரித்துக் கூறாமலும், சத்தியத்தை வெளிப்படுத்துகிறதினாலே தேவனுக்குமுன்பாக எல்லா மனிதர்களுடைய மனச்சாட்சிக்கும் எங்களை உத்தமர்கள் என்று விளங்கப்பண்ணுகிறோம்.". (2 கொரி 4:2)

5.0 நடைமுறை வாழ்வில் தேவனுடைய வார்த்தை:

தேவனுடைய வார்த்தையை நாம் மனரீதியாகப் போற்றுவதற்கும் அல்லது நம்முடைய வாழ்கையில் ஒரு பகுதியில் தேவ சித்தத்தை அறிந்து கொள்ளவும் மாத்திரம் பயன்படுத்தக் கூடாது. நம்முடைய வாழ்வில் அனைத்து பகுதிகளிலும் செயல்படுத்தி மகிழ்ச்சியாகவும், சமாதானமாகவும், சமநிலையுடனும், மனநிறைவாகவும் இருப்பதற்கு பயன்படுத்தக் கற்றுக்கொள்ள வேண்டும். வேதாகமத்தில் உள்ள காரியங்கள் மனித குலத்தின் நேர்மறையான தன்மையை மட்டும் விலக்காமல், அவர்கள் செய்த தவறுகளைத் நாம் தவிர்க்கவும், நம் தவறுகளைத் திருத்திக்கொள்ளவும், நம் தவறுகளை மன்னிக்கும் கடவுளின் கிருபையை உணரவும் நமக்கு உதவும். கடவுள்

பாவங்களை மன்னித்தாலும், பாவங்களின் விளைவுகளை மனிதன் எதிர்கொள்ள வேண்டும் என்பதை தேவனுடைய வார்த்தை ஒருபோதும் மறைப்பதில்லை. தேவனுடைய வார்த்தைக்கு நாம் கீழ்படியும் பொழுது அது ஜீவனுள்ளதாகவும், ஜீவனை அளிப்பதாகவும், ஆற்றலுள்ளதாகவும், அதிகாரமுடையதாகவும், பரிசுத்தமாக்குவதாகவும் இருக்கிறது. நாம் தேவனுடைய வார்த்தையைக் கடைப்பிடிக்காதபோதும் அதற்குக் கீழ்ப்படியாதபோதும் அது பலனளிக்காது.

5.1 தேவனுடைய வார்த்தையில் ஜீவன்:

ஒருவன் தேவனுடைய வார்த்தையைக் கேட்டு, ஏற்றுக்கொண்டு, பிறருக்குப் பலனளிக்கும்போதுதான் அது உண்மையான பயனளிக்கும் என்று விதைப்பவர் விதைகள் உவமையுடன் ஒப்பிட்டு இயேசு கூறுகிறார். (மாற்கு 4:3-20)

இயேசு இவ்வாறு உறுதிப்படுத்துகிறார், "மனுஷன் அப்பத்தினாலே மாத்திரம் அல்ல தேவனுடைய வாயிலிருந்து புறப்படுகிற ஒவ்வொரு வார்த்தையினாலும் பிழைப்பான். (மத்தேயு 4:4)"

5.2 கடவுளுடைய வார்த்தையின் ஆற்றல்:

தேவனுடைய வார்த்தையைப் படித்து, புரிந்துகொண்டு, கீழ்ப்படிவதன் மூலம் நாம் இயேசுவில் நிலைத்திருப்போம். நியாயப்பிரமாணப் புத்தகத்தின் வார்த்தைகளைக் கேட்ட யோசியா ராஜா, தன் வஸ்திரங்களைக் கிழித்து, தேவனுக்குப் பயந்து, தனக்காகவும் யூதா ஜனங்களுக்காகவும் செயல்பட்டார். (2இராஜாக்கள் 22:11,13)

எபிரேயரின் ஆசிரியர் இவ்வாறு எழுதுகிறார், “தேவனுடைய வார்த்தையானது ஜீவனும் வல்லமையும் உள்ளதாயும், இருபுறமும்

கருக்குள்ள எந்தப்பட்டயத்திலும் கருக்குள்ளதாயும், ஆத்துமாவையும் ஆவியையும், கணுக்களையும் ஊனையும் பிரிக்கத்தக்கதாக உருவக் குத்துகிறதாயும், இருதயத்தின் நினைவுகளையும் யோசனைகளையும் வகையறுக்கிறதாயும் இருக்கிறது. (எபிரேயர் 4:12)"

6.0 தேவனுடைய வார்த்தையின் முக்கியத்துவம்:

நீங்கள் ஞான வார்த்தைகளை ஏற்றுக்கொண்டு, கட்டளைகளை உங்களுக்குள் சேமித்து வைத்தால், நீங்கள் கர்த்தருக்குப் பயப்படுவதைப் புரிந்துகொண்டு, கடவுளைப் பற்றிய அறிவைக் காண்பீர்கள் என்று சாலமோன் ராஜா எழுதுகிறார். (நீதிமொழிகள் 2:1-5). கிறிஸ்து தாவீதின் வம்சத்திலிருந்து வருவார் என்ற பழைய ஏற்பாட்டு தீர்க்கதரிசனங்களை மக்கள் அறிந்திருந்தனர் (யோவான் 7:42). தாவீது தேவனுடைய வார்த்தையைப் போற்றுகிறார் (சங்கீதம் 56:4). ஆபிரகாம் கடவுளை நம்பினார் என்றும், அது அவருக்கு நீதியாகக் கருதப்பட்டது என்றும் பவுல் பழைய ஏற்பாட்டை மேற்கோள் காட்டுகிறார் (ரோமர் 4:3), யாக்கோபும் அதையே மேற்கோள் காட்டுகிறார் (யாக்கோபு 2:23). அப்போஸ்தலர்கள் ஜெபத்திற்கும் வேத வார்த்தையின் ஊழியத்திற்கும் முதன்மையான முன்னுரிமை கொடுத்தனர் (அப்போஸ்தலர் 6:1-7). கிறிஸ்துவை நம்புகிற எவரும் வெட்கப்படமாட்டார்கள் (ரோமர் 10:11) என்ற வேதவாக்கியத்தை பவுல் மேற்கோள் காட்டுகிறார் (ரோமர் 10:11), மேலும் கடவுள் தாம் அறிந்திருந்த தம்முடைய மக்களை நிராகரிக்கவில்லை (ரோமர் 11:2) என்ற வேதவாக்கியத்தையும் மேற்கோள் காட்டுகிறார். தேவன் விசுவாசத்தினாலே புறஜாதிகளை நியாயப்படுத்துவதை வேதாகமம் முன்னறிவித்து, ஆபிரகாமினால் எல்லா தேசங்களும் ஆசீர்வதிக்கப்படும் (கலாத்தியர் 3:8) என்ற

நற்செய்தியை ஆபிரகாமுக்கு முன்கூட்டியே அறிவித்தார் என்றும் அவர் கூறுகிறார். உலகம் முழுவதையும் பாவத்தின் கைதியாக வேதாகமம் அறிவிக்கிறது, எனினும் இயேசு கிறிஸ்துவில் உள்ள விசுவாசத்தினால் வாக்குக் கொடுக்கப்பட்டதையும், விசுவாசிக்கிறவர்களுக்குக் அது கொடுக்கப்பட வேண்டும் என்பதையும், பவுல் உறுதிப்படுத்துகிறார் (கலாத்தியர் 3:22). கட்டளை புனிதமானது, நீதியானது மற்றும் நல்லது என்றும் அவர் உறுதிப்படுத்துகிறார், இது பாவத்தைப் பாவமென அங்கீகரிக்க உருவாக்கப்பட்டது (ரோமர் 7:8-13). நம்மில் வாசமாக இருக்கிற ஆவியானவர் நம்மிடத்தில் வைராக்கிய வாஞ்சையாக இருக்கிறாரென்று வேதவாக்கியம் வீணாகச் சொல்லுகிறதென்று நினைக்கிறீர்கள என்று யாக்கோபு வினவுகிறார், மேலும் அவர் அதிகமான கிருபையை அளிக்கிறாரே. ஆதலால் தேவன் பெருமையுள்ளவர்களுக்கு எதிர்த்து நிற்கிறார், தாழ்மையுள்ளவர்களுக்கோ கிருபை அளிக்கிறாரென்று சொல்லியிருக்கிறது (யாக்கோபு 4: 5, 6) என்ற வேதாகமத்தை மேற்கோள் காட்டுகிறார். கடவுள் யோசுவாவிடம் மோசே கொடுத்த எல்லா நியாயப்பிரமாணங்களுக்கும் கீழ்ப்படிய கவனமாக இருக்கச் சொன்னார், மேலும் அவருடைய வாயிலிருந்து நியாயப்பிரமாண புத்தகம் விலகக் கூடாது என்று சொன்னார். (யோசுவா 1:7-8).

6.1 பரிசுத்தமாக்கும் தேவனுடைய வார்த்தை:

வாலிபன் தன்னுடைய வழியை எதினால் சுத்தம்செய்வான்? உமது வசனத்திற்குக் கீழ்படிகிறதினால்தானே. (சங்கீதம் 119:9)

"நான் உமக்கு விரோதமாகப் பாவஞ்செய்யாதபடிக்கு, உமது வசனத்தை என் இருதயத்தில் வைத்து வைத்தேன்." என்று சங்கீதக்காரன் கூறுகிறார். (சங்கீதம் 119:11)

"உம்முடைய வசனம் என்னுடைய கால்களுக்குத் தீபமும், என்னுடைய பாதைக்கு வெளிச்சமுமாக இருக்கிறது." என்று சங்கீதக்காரன் கூறுகிறார். (சங்கீதம் 119:105)

6.2 தேவனுடைய வார்த்தைக்கு (கட்டளைகளுக்கு) கீழ்ப்படிதல்:

இயேசுவின் வார்த்தைகளைக் கேட்டு, அவற்றை நடைமுறைப்படுத்துபவர், பாறையின் மீது பலமான அஸ்திவாரத்துடன் வீட்டைக் கட்டிய மனிதனைப் போன்றவர் (மத் 7:24).

மோசே இவ்வாறு எழுதுகிறார், "நீங்கள் பிழைத்து, பெருகி, கர்த்தர் உங்களுடைய முற்பிதாக்களுக்கு வாக்களித்துக் கொடுத்த தேசத்திலே நுழைந்து, அதைச் சொந்தமாக்கிக் கொள்வதற்கு நான் இன்று உங்களுக்குக் கொடுக்கிற எல்லாக் கட்டளைகளின்படியும் செய்யக் கவனமாயிருப்பீர்களாக." (உபா 8:1)

6.3 தேவனுடைய வார்த்தையைப் பின்பற்றாததன் விளைவு:

பரிசேயர்கள் கடவுளுடைய வார்த்தையை ஒரு பாரம்பரியமாகப் பின்பற்றினர் மற்றும் அவர்களின் இதயங்கள் வெகு தொலைவில் இருந்தன. அதன்மூலம் அவர்கள் தங்கள் பாரம்பரியத்திற்காகக் கடவுளுடைய வார்த்தையை ரத்து செய்கிறார்கள் என்று இயேசு கூறினார் (மத்தேயு 15:6). இயேசு மரித்தோரிலிருந்து உயிர்த்தெழ வேண்டும் என்பதை சீடர்கள் புரிந்து கொள்ளவில்லை, ஆனால் இயேசு அதை ஏற்கனவே அவர்களுக்குப் போதித்திருந்தார் (யோவான் 20:9) மேலும் அவர்கள் அதைப் பற்றிய இயேசுவின் போதனைகளை உணரவில்லை.

மோசே இவ்வாறு கூறுகிறார், "இந்த நியாயப்பிரமாண வார்த்தைகளையெல்லாம் கைக்கொண்டு நடக்காதவன் சபிக்கப்பட்டவன" (உபா 27:26).

7.0 பரிசுத்த வேதாகமத்தைப் பற்றிய தவறான கருத்துக்கள்:

பல போதனைகளையும் கற்றலையும் பெற்ற பிறகும், 'பரிசுத்த வேதாகமம்' பற்றிய தவறான கருத்துகள் நம்மை விசுவாசத்தில் வழிதவறச் செய்யலாம் அல்லது எப்போதும் குழப்பத்தில் இருக்கச் செய்யலாம். சில தனிநபர்கள் அல்லது குழுக்கள் கூடத் தங்கள் சித்தாந்தங்களின்படி வேதாகமத்தின் சில பகுதிகளை மாற்றியமைத்து, தங்களைப் பற்றியும் மற்றவர்களைப் பற்றியும் தவறான கூற்றுகளைச் உருவாக்குகின்றன, இது மிகவும் ஆபத்தானது. பரிசுத்த வேதாகமத்தைப் பற்றிய பொதுவான தவறான கருத்துக்கள் சில:

- வேதாகமம் ஒரு தனிநபருக்கும் அனைவருக்கும் தனிப்பட்டது, எனவே ஒவ்வொரு வசனமும், பத்தியும் அல்லது புத்தகமும் உடனடியாக எடுத்துக்கொள்ளக்கூடிய தனிப்பட்ட பயன்பாடுகளைக் கொண்டுள்ளது.
- வேதாகமத்தில் உள்ள அனைத்தும் நேரடியானவை மற்றும் விளக்கமும் புரிதலும் இல்லாமல் நேரடியாக அணுகப்பட வேண்டும்.
- வேதாகமத்தில் முரண்பாடுகள் மற்றும் தவறுகள் உள்ளன, எனவே வேதாகமத்தின் சில பகுதிகள் கடவுளின் வார்த்தை அல்ல.
- வேதாகமத்தின் புத்தகங்கள் அல்லது உள்ளடக்கம் கடவுளையும் மனிதகுலத்தையும் அறிய போதுமானதாக இல்லை, மேலும் வேதாகமம் காலாவதியானது.
- வேதாகமத்தில் மறைவான அர்த்தங்கள் அல்லது அனுபவங்கள் உள்ளன, அவை குறிப்பிட்ட நபர்களால் அறியப்படலாம் மற்றும் மற்றவர்கள் அதை அறிய முடியாது.

- ஒரு விசுவாசிக்குப் புதிய ஏற்பாடு போதுமானது மற்றும் வேதாகமத்தின் சில குறிப்பிட்ட பதிப்புகள் (எடுத்துக்காட்டு: KJV) மட்டுமே சரியானவை, மற்றவை செல்லாது.
- பழைய ஏற்பாடு சில நெறிமுறையற்ற ஒழுக்கக்கேடான செயல்கள் மற்றும் அணுகுமுறைகளை ஊக்குவிக்கிறது.

முடிவுரை:

பரிசுத்த வேதாகமத்தின் வேதாகம போதனை உலகளாவிய கிறிஸ்தவ நம்பிக்கையின் அடிப்படை வேதாகம போதனைகளில் ஒன்றாகும். 'சர்வவல்லமையுள்ள கடவுளின்' உண்மையான தன்மையைப் புரிந்துகொள்ள இது ஒரு நபருக்கு உதவுகிறது. இது மனித வாழ்க்கையின் அனைத்து அம்சங்களுடனும் தொடர்புபடுத்துகிறது மற்றும் ஒரு நபர் மகிழ்ச்சியுடனும் அமைதியுடனும் ஒரு நோக்கமுள்ள வாழ்க்கையை நடத்த உதவுகிறது. அனைவருக்கும் கேள்விகள் உள்ளன; அது கடவுளின் உண்மைகளையும் கடவுளின் வார்த்தையையும் மாற்றாது; 'கடவுளின் வார்த்தை' என்ற மிகப் பெரிய பொக்கிஷத்தைக் குறிப்பிடும் வகையில், கடவுள் ஒவ்வொருவருக்குள்ளும் முதலீடு செய்த தர்க்க விதிகள் மற்றும் உணர்ச்சிகளின் அனுபவங்களின் மூலம் எல்லாவற்றையும் பகுப்பாய்வு செய்வதன் மூலம் எங்கள் பதில்களுக்கு நாங்கள் பொறுப்பாவோம். 'தேடுங்கள், கண்டடைவீர்கள்' என்று பைபிளே சொல்கிறது.

'தேவனுடைய வார்த்தை' என்ற கோட்பாடு, கிறிஸ்தவ விசுவாசத்தின் ஒரு அடிப்படை கோட்பாடாகும். எல்லாம் வல்ல தேவனின் தன்மைகளைத் தெரிந்து கொள்ள ஒரு மனிதனுக்கு உதவுகிறது. ஒரு மனிதனுடைய அனைத்து வாழ்வியல் விஷயங்களுக்கும் தொடர்புடையதாய் அவனுக்கு நோக்கமுள்ள, சமாதானமான, சந்தோஷமான வாழ்வை தர வல்லது. அனைவருக்கும் கேள்விகள் உள்ளன, ஆனால் தேவனுடைய

வார்த்தையில் உள்ள உண்மையை அவற்றால் மாற்ற முடியாது. 'தேவனுடைய வார்த்தை' என்ற மிகப் பெரிய பொக்கிஷத்தின் அடிப்படையிலும், கடவுள் ஒவ்வொருவருக்குள்ளும் பொதித்திருக்கும் தர்க்க விதிகள் மற்றும் உணர்ச்சிகளின் அனுபவங்களின் மூலமும் எல்லாவற்றையும் பகுப்பாய்வு செய்து நன் பதில்களைக் கண்டறிய நாமே பொறுப்பாளிகள். தேடுங்கள் கிடைக்கப்படும் என்று வேதாகமே கூறுகிறது.

"எப்பொழுதும் எனக்கு அழகான, சிறந்த, நம்பக்கூடிய புத்தகம் 'வேதாகமம்'. ஒரு இயந்திரத்திற்கு அதை உருவாக்கியவர் தரும் கையேட்டை போல, அது இறைவனிடமிருந்து எனக்குக் கிடைத்த ஒரு பெரிய, நிறைந்த கையேடு. மனிதனுடைய சிந்தை எப்பொழுதும் மாறும், கலங்கும், ஆனால் வேதாகமம் எப்பொழுதும் முடிசிகளை அவிழ்க்கும்."

மேலும் கற்றலுக்கு:

1. When Critics Ask "By Norman Geisler and Thomas Howe
2. "Old Testament Made Easy" by Rev Dr. J. Godwin Nickelson;
3. "The Bible Study Handbook" by Lindsay Olesberg;
4. Let the Bible Speak by Shirley Christopher, Prema Fenn, Vijaya Pramar
5. http://www.allaboutthejourney.org/biblical-archaeology.htm
6. https://bible.org/series/history-english-bible
7. http://www.greatsite.com/timeline-english-bible-history/
8. http://www.godandscience.org/apologetics/bibleorigin.html
9. http://www.bsind.org/tamil_bible_translations.html

10. http://www.whatchristianswanttoknow.com/quotes-about-the-bible-25-awesome-sayings/

11. https://biblicalbasis2021.blogspot.com/2024/03/doctrine-of-holy-scripture.html

பாவம் பற்றிய வேதாகம போதனை

அறிமுகம்:

பாவம் என்பது கடவுளை விட்டு விலகுவது. பாவம் என்பது பல வழிகளில் பலரால் வரையறுக்கப்படலாம், ஆனால் அதைப் படைப்பாளரால் சிறப்பாக விவரிக்க முடியும், அவர் மட்டுமே சரி மற்றும் தவறு எது என்பதை பகுத்தறிந்து பகுத்தறிய உதவுகிறார். கடவுளுடைய வார்த்தையின் மூலம் கடவுளிடமிருந்து வரும் வழிகாட்டுதல்களை கவனமாகப் ஆராய்வதும், கர்த்தரும் இரட்சகருமான இயேசு கிறிஸ்துவை போல நம் மனப்பான்மையைக் மாற்றி அமைப்பதும், கடவுளின் எண்ணங்களை அறிவதும், எது சரி எது தவறு என்று பகுத்தறிய உதவும். இயேசு எப்போதும் உயர்ந்த தரநிலைகளை அமைத்திருந்தார், எனினும் அது அதிகம் பிரதிபலிக்கபடுவதில்லை. திருடுவதும் விபச்சாரம் செய்வதும் தவறு என்று கொண்டிருக்கும் வேளையில், இச்சையை அகற்ற வேண்டுமென இயேசு சொன்னார், கொலை செய்வது தவறு என்று கருதப்பட்டபோது, வெறுக்க வேண்டாமென இயேசு சொன்னார், பாவத்திற்கு காரணமான அல்லது நம்மைத் தடுக்கும் ஆதாரங்களைக் கூட அவர் அகற்றச் சொன்னார்.

> "செய்யக்கூடாததைச் செய்வதும், செய்ய வேண்டியதைச் செய்யாமல் இருப்பதும் பாவம்".
>
> நீ தீமை செய்தால் பிறகு அந்தப் பாவம் உன் வாழ்வில் இருக்கும். உனது பாவம் உன்னை அடக்கி ஆள விரும்பும். நீயோ உன் பாவத்தை அடக்கி ஆள வேண்டும் (ஆதி. 4:7).
>
> கர்வமுள்ள பார்வையும், பெருமையான எண்ணங்களும் பாவமானவை. ஒருவன் தீயவன் என்பதை அவை காட்டுகின்றன. (நீதி 21:4).

1.0 சொற்பிறப்பியல் மற்றும் ஒத்த சொற்கள்:

"பாவம்" என்பது பழைய ஏற்பாட்டில் உள்ள எபிரேய வார்த்தையான சட்டா (אטָחָ) (ஆதி. 18:20) என்பதிலிருந்து முதன்மையாக மொழிபெயர்க்கப்பட்டுள்ளது. பாவம் என்றால் இலக்கை நிறைவேற்றத் தவறுவது. தவறு செய்ய யோசித்தல், தவறு செய்தல், குறி தவறுதல் அல்லது வழிதவறிச் செல்தல் போன்ற எண்ணங்களையும் இது குறிக்கலாம்.

எபிரேய மொழியில் பாவத்திற்கு நெருக்கமான மற்ற வார்த்தைகள் பின்வருமாறு

- அவோன் (ןוֺ עָ) (லேவி 20:17)- அக்கிரமம்
- பேஷா (ע שַׁ `פֶּ) (ஆமோஸ் 2:4))- மீறுதல்
- ஷாகா (הגָ שָׁ) (லேவி 4:2)- வழிதவறி, ஏமாற்றி, பிழை, தவறு

புதிய ஏற்பாட்டில் "பாவம்" என்பது முதன்மையாக ஹமார்டியா (ἁμαρτία) (மத் 12:31) என்ற கிரேக்க வார்த்தையிலிருந்து மொழிபெயர்க்கப்பட்டுள்ளது, பாவத்தை மனிதர்களை ஆளும் ஒரு ஆற்றல் அல்லது விசையாகப் புதிய ஏற்பாடு விவரிக்கிறது மற்றும் நாம் செய்ய விரும்பாத விஷயங்களைச் செய்ய நம்மைத் தூண்டுகிறது.

கிரேக்க மொழியில் பாவத்திற்கு நெருக்கமான மற்ற சொற்கள் பின்வருமாறு

- அனோமோஸ் (ἄνομος) (1 கொரி 9:21)- அக்கிரமம், அநீதி, சட்டவிரோதம்
- அடிகியா (ἀδικία) (லூக்கா 16:8) - தவறு, அநீதி செயல், நியாயமின்மை
- அடிகேமா (ἀδίκημα) (அப்போ 18:14)- நியாயமற்ற செயல் அல்லது தவறு, குற்றம்

- பாராப்டோமா (παράπτωμα) (மத் 6:15)- வீழ்ச்சி, பாவம், அத்துமீறல், தவறு, குற்றம்
- பாராபேசிஸ் (பாரபேய்ன்) (παράβασις) (எபி 2:2)- மீறல், உடைத்தல், மீறுதல்
- பிளானோ (πλανάω) (எபி. 3:10)- வழிதவறி, தவறிவிடு, ஏமாற்று, மயக்கு, அலைந்து திரி, வழியை விட்டு விலகி இரு

2.0 பாவமும் பாவியும்:

உலகில் உள்ள அனைத்து மக்களும் வழிவிலகிய உலகில் பிறந்தவர்கள், அது தவறான விருப்ப தேர்வுகள் மற்றும் தாக்கங்களை ஏற்படுத்துகிறது. நாம் வளரும் போது, நமது வெளிப்பாடுகள் மற்றும் அனுபவங்களின் அடிப்படையில் நமக்கு உள்ளேயோ நம்மைச் சுற்றியுள்ள உலகத்திலோ பல விஷயங்களை முயற்சி செய்கிறோம், மற்றும் நாம் செய்யும் அனைத்து விஷயங்களும் நேர்மறையானவை அல்ல, சில நேரங்களில் சில காரியங்கள் வடுக்களை விட்டுச்செல்கின்றன. ஒவ்வொருவரும் சரியாக இல்லாத ஏதோவொன்றில் விழுந்து, கடவுளின் நோக்கத்தையும் திட்டத்தையும் உடைத்து, அதற்கு நம் கட்டுப்பாட்டைக் கொடுக்கிறோம். பாவம் கடவுளிடமிருந்து ஒரு நபரைப் பிரிந்து, பாவியாக ஆக்குகிறது. முழு தெய்வீக தன்மையுடைய முழு மனிதனாகிய கிறிஸ்து மட்டுமே பாவத்திலிருந்து ஒரு விலக்காக உள்ளார், மனிதகுலத்திற்கு மீட்பின் ஆதாரமுமானவர்.

> நம்மைப் போலவே கிறிஸ்துவும் எல்லா வகையிலும் சோதிக்கப்பட்டார், ஆனால் பாவம் செய்யவில்லை (எபி

4:15). கிறிஸ்துவிடம் பாவம் இல்லை. ஆனால் தேவன் நமக்காக அவரைப் பாவம் ஆக்கினார். நாம் கிறிஸ்துவுக்குள் தேவனுக்கு ஏற்றவர்களாக இருக்க வேண்டும் என்பதற்காகத் தேவன் இதைச் செய்தார் (2 கொரி 5:21).

நம்பிக்கை இல்லாமல் செய்யும் எச்செயலும் பாவமானதே (ரோமர் 14:23). ஆதலால், ஒருவன் நன்மைசெய்ய அறிந்தவனாயிருந்தும், அதைச் செய்யாமற்போனால், அது அவனுக்குப் பாவமாயிருக்கும். (யாக்கோபு 4:17). நமக்குப் பாவமில்லையென்று நாம் கூறினால் நம்மை நாமே முட்டாளாக்கிக் கொள்வதோடு, நம்மில் உண்மையும் இருக்காது (1யோவான் 1:8). சகோதரர்களுக்கு விரோதமாகப் பாவம்செய்து, பலவீனமுள்ள அவர்களுடைய மனச்சாட்சியை வருத்தப்படுத்துகிறதினாலே, நீங்கள் கிறிஸ்துவிற்கு விரோதமாகப் பாவம் செய்கிறீர்கள் (1கொரி 8:12).

2.1 மன்னிக்கப்படாத பாவம்:

கடவுளை அறிந்து ஏற்றுக்கொண்ட நபர் கடவுளுடைய செயலையும் அவருடைய ஆவியானவரின் செயலையும் மறுத்து தகுதியான வாழ்க்கை வாழவில்லை என்றால், அவர் மன்னிப்புக்கான வழியைத் தானே மறுத்து மன்னிப்பு பெறும் வாய்ப்பை இழப்பார்.

"ஒவ்வொரு பாவமும் தூஷணமும் மனுஷனுக்கு மன்னிக்கப்படும், ஆனால் ஆவியானவருக்கு எதிரான தூஷணம் மன்னிக்கப்படாது", என்று இயேசு கூறினார் (மத் 12: 31; மாற்கு 3: 29).

3.0 பாவத்திற்கான பலி:

உலகம் தோன்றியதிலிருந்து, மனிதன் கடவுளுக்குக் கீழ்ப்படியாததாலும், அவன் எண்ணங்கள், உணர்வுகள் மற்றும் செயல்களில் கடவுளை மறுத்ததன் காரணத்தாலும் பாவத்தால் துயறம் அடைந்தான். மனிதன் தன்னைத்தானே திருப்திப்படுத்திக் கொள்ள முயற்சித்த பொழுதோ கடவுளின் அழகிய நோக்கத்தை அதன் வரையறையைத் தாண்டிக் காரியங்களைக் கண்டறிய முயன்ற பொழுதோ, அதன் விளைவுகளை அவன் எதிர்கொள்ள வேண்டியிருந்தது, மேலும் நிலையான மகிழ்ச்சியையும், அமைதியையும் திருப்தியையும் அவனால் கண்டறிய முடியவில்லை. இதனால், பலிகளும் காணிக்கைகளும் தொடர்ந்து மேற்கொள்ளக் கூடாத தவறுகளை எடுத்துரைக்கும் நிழல்களாகவே இருக்கின்றன.

> வெவ்வேறு நபர்களின் அடிப்படையில் வெவ்வேறு விதிமுறைகளின்படி காளை அல்லது ஆடு அல்லது காட்டு புறாக்கள் அல்லது புறாக்கள் முதல் பத்தில் ஒரு பங்கு எபா அல்லது மெல்லிய மாவு வரை பாவநிவாரண பலியாக வழங்கப்பட்டது (லேவி 4அதி & 5அதி).

> நியாயப்பிரமாணத்தின் கிரியைகளால் எந்த மனிதனும் தன் பார்வையில் நீதிமான் ஆக்கப்படமாட்டான், ஏனென்றால் நியாயப்பிரமாணத்தின் மூலம் பாவத்தைப் பற்றிய அறிவு வருகிறது (ரோமர் 3:20).

4.0 நாம் பாவம் செய்வது எப்படி:

நாம் நமது தீய ஆசைகளால் நமது சுய ஒழுக்கத்தையும் அறிவாற்றலையும் மீறிப் பாவம் செய்கிறோம், இதனால் உலக இச்சைகளுக்கு நம்மை இணக்குகிறோம். எல்லாவற்றிற்கும் மேலாக, கீழ்ப்படியாமையின் மூலம் கடவுளின் கட்டளைகளை விட்டுவிட்டு, நம்முடைய சுய புரிதலில் சாய்ந்து கொள்வதைத் தேர்ந்தெடுத்தபோதே ஆரம்பத்திலிருந்தே பாவம் நமக்குள்

இருக்கிறது. உலகம் முழுவதும் வீழ்ச்சியடைந்துவிட்டதால் நாம் பாவம் செய்யக் காரணமாயிருக்கும் தாக்கங்கள் இருந்தாலும், நியாயமற்ற ஆசைகளைத் கையாளத் தவறிவிடுகிறோம், அது நம்மைப் பாவத்திற்கு இட்டுச் செல்லும்

> அவனவன் தன்தன் சொந்த ஆசையினாலே இழுக்கப்பட்டு, சிக்குண்டு, சோதிக்கப்படுகிறான். பின்பு ஆசையானது கர்ப்பந்தரித்து, பாவத்தைப் பெற்றெடுக்கும், பாவம் பூரணமாகும்போது, மரணத்தைப் பெற்றெடுக்கும். (யாக்கோபு 1: 14, 15). நீங்கள் பட்சபாதமுள்ளவர்களாக இருந்தால், பாவம்செய்து, மீறினவர்களென்று நியாயப்பிரமாணத்தினாலே நியாயந்தீர்க்கப்படுவீர்கள். (யாக்கோபு 2:9).

4.1 பாவத்தின் உலகளாவிய தன்மை:

எந்த ஒரு மனிதனும் சோதனையிலிருந்து தப்பவில்லை, உடலமைப்பு, உணர்வுகள் அல்லது அறிவுத்திறன் ஆகியவற்றில் உள்ள பலவீனங்களாலும் அறியாமையாலும் அலட்சியத்தாலும் ஒவ்வொருவரும் ஒரு கட்டத்தில் சோதனையில் விழுந்தனர். தெய்வீக ஞானத்தினாலும் தீமையை மறுத்ததாலும், இயேசு மாத்திரமே சோதிக்கப்பட்டாலும், சோதனைகளால் வெல்லப்படவில்லை.

> யூதர்கள் ஒரு விபச்சாரியைக் கல்லெறிவதற்குக் கொண்டுவந்தபோது, அவர்களில் பாவம் இல்லாதவன் முதலில் அவள் மீது கல்லெறியட்டும் என்று இயேசு அவர்களிடம் கூறினார். யாரும் அதைச் செய்யத் துணியவில்லை, ஒவ்வொருவராக வெளியேறினர் (யோவான் 8: 7-9).

எல்லாரும் வழி விலகி, ஒன்றுசேர்ந்து கெட்டுப்போனார்கள், நன்மை செய்பவன் இல்லை, ஒருவனாகிலும் இல்லை (சங்கீதம் 14:3; ரோமர் 3:9, 10)

4.2. பாவம் செய்யவதில் மற்றவர்களின் தாக்கம்:

நம் அனைவருக்கும் நம்முடன் சேர்ந்திருக்கும் சில தோழர்கள் உள்ளனர், மேலும் நாம் அவர்களுடன் இருப்பதைத் தேர்ந்தெடுக்கின்றோம், கடவுளின் கட்டளைகளுக்கு எதிரான தங்கள் எண்ணங்களை இயல்பாகவோ அல்லது கட்டாயத்தின் மூலமோ அவர்களால் உட்புகுத்த முடியும்.

ஆதாம் ஏவாளின் தாக்கத்தால் கடவுளுக்குக் கீழ்ப்படியாமல் வழி விலகினான் (ஆதி. 3:6).

இஸ்ரவேலின் ராஜாவாகிய சாலொமோன் அந்நிய பெண்களுக்காகப் பாவம் செய்தான் (1 இராஜாக்கள் 11: 1-4).

5.0 பாவம் இல்லாமல் இருப்பதன் முக்கியத்துவம்:

சுயநல ஆசைகளால் நம்மைத் திருப்திப்படுத்தும்போது நாம் நம்மை நாமே தீட்டுப்படுத்திக் கொள்கிறோம் அதனால் நம்மை இழக்கவும் செய்கிறோம், நம் வாழ்க்கை நம் கட்டுக்குள் இருக்கின்றது என நினைக்கிறோம், ஆனால் உண்மையில் ஏதோவொன்றிற்கு நம் கட்டுப்பாட்டைக் கொடுக்கிறோம். நம் வாழ்வில் நாம் பாவம் செய்யும்போது மற்றவர்களை ஈடுபடுத்தினால் மற்றவர்களையும் தீட்டுப்படுத்துகிறோம். பாவம் நம் இதயத்திலும் மனதிலும் ஆழமான வடுக்களை ஏற்படுத்துகிறது, அதனால் நாம் நமது உண்மையான தன்மையை இழக்கிறோம். தொடர்ந்து பல வழிகளில் நம்மைத் திருப்திப்படுத்த முயற்சிக்குமாறு பாவம் நம்மைத் தூண்டுகிறது,

ஆனால் உண்மையில் திருப்தியைப் பெற விடுவதில்லை. இறுதியாக, அது நம்மைப் பரிசுத்த கடவுளிடமிருந்து பிரிக்கிறது.

5.1 பாவத்தின் விளைவுகள்:

ஒரு பாவி பாவத்திற்கு அடிமையாகிறான். இது நித்தியமானதாக இருக்கும் மகிழ்ச்சி, அமைதி மற்றும் அன்பை இழக்க செய்கிறது. அது நம்மைக் கடவுளிடமிருந்து விலக்குகிறது, மேலும் பாவத்தின் இறுதி விளைவு மரணம்.

> பாவங்களின் விளைவுகள் ஒரு தலைமுறைக்குப் பிறகும் இருக்கும், அது கடவுள் நினைவில் வைத்திருப்பார் (யாத். 34: 6, 7). அவனவன் செய்த பாவத்திற்காக அவனவன் கொலைசெய்யப்பட வேண்டும் (உபா 24:16). பாவம் செய்யும் ஒவ்வொருவரும் பாவத்திற்கு அடிமைகள் என்று இயேசு யூதர்களிடம் கூறினார் (யோவான் 8:34). பாவத்தின் சம்பளம் மரணம் (ரோமர் 6:23). பாவம் பூரணமாகும்போது, மரணத்தைப பிறப்பிக்கிறது (யாக்கோபு 1:15).

6.0 பாவ அறிக்கை:

ஒரு நபர் படைப்பாளரின் பூரணமான தரத்தை அறிந்து, தான் செய்த தவறை ஒப்புக்கொள்ளும் வரையில், அவரால் அதை ஒப்புக்கொள்ள முடியாது. ஒரு நபர் தன் பாவங்களை ஒப்புக்கொள்ளாதபோது, அவற்றை மீண்டும் செய்யாமல் இருக்க தேவையான நடவடிக்கைகளை ஒருபோதும் எடுக்க மாட்டார். மன்னிப்பைப் பெறுவதற்கும், தவறுகளைத் தவிர்ப்பதன் மூலம் வாழ்க்கையை மேலும் வழிநடத்துவதற்கும் உண்மையான இதயத்துடன் பாவங்களை ஒப்புக்கொள்வது மிகவும் அவசியம்.

> ஒருவன் தன் மீறுதல்களை கர்த்தரிடம் ஒப்புக்கொள்ளும்போது, அவர் அவனுடைய பாவத்தின் அக்கிரமத்தை மன்னிக்கிறார் (சங்கீதம் 32:5).

> மரணத்திற்குரியதாக இல்லாத பாவத்தைத் தன் சகோதரன் செய்வதை ஒருவன் பார்த்தால், அவன் ஜெபம் செய்யவேண்டும், அப்பொழுது அவனுக்கு ஜீவனைக் கொடுப்பார்; யாருக்கென்றால், மரணத்திற்குரியதாக இல்லாத பாவத்தைச் செய்தவர்களுக்க (1 யோவான் 5:16).

6.1 பாவங்களை ஒற்றுக்கொள்ளுதல்:

ஒரு நபர் இயேசு கிறிஸ்துவின் மீட்பின் ஆற்றலை நம்பி, வாழ்க்கையில் செய்த தவறுகளை ஒப்புக்கொண்டால், அவர் தேவனுடைய ஆவியை அவரில் பெற முடியும். கடவுள் உண்மையில் உத்தேசித்திருந்த நோக்கத்தின்படி காரியங்கள் இல்லாதபோது, விசுவாசியாக உள்ள ஒரு நபரில் உள்ள தேவனுடைய ஆவி அவருடைய தவறுகளை அவருக்கு உணர்த்துகிறார்.

> பரிசுத்த ஆவியானவர் வந்து, பாவத்தைக்குறித்தும், நீதியைக்குறித்தும், நியாயத்தீர்ப்பைக்குறித்தும், உலகத்தைக் கண்டித்து உணர்த்துவார் (யோவான் 16:8).

7.0 பாவங்களிலிருந்து காத்தல்:

நம்மை நாமே அளவிடுவதற்கும் நாம் எப்படி இருக்க வேண்டும் என்பதற்கும் தரநிலைகள் தேவை. இறையாண்மையும் சர்வவல்லமையும் கொண்டவரால் மட்டுமே சரியான தரநிலைகளை வழங்க முடியும். மேலானவரிடமிருந்து வரும் வார்த்தை எப்போதும் தீமையிலிருந்து விலகி இருக்குமாறு எச்சரிக்கிறது மற்றும் நீதியான வாழ்க்கையை நடத்துவதற்கான வழிகாட்டுதலை வழங்குகிறது.

நான் உமக்கு விரோதமாகப் பாவஞ்செய்யாதபடிக்கு, உமது வசனத்தை என் இருதயத்தில் வைத்து வைத்தேன் (சங்கீதம் 119:11).

7.1 செய்த பாவங்களுக்காக ஒருவரையொருவர் மன்னித்தல்:

தனது அனைத்து தவறுகளுக்காகவும் கடவுளிடமிருந்து மன்னிப்பு பெற்ற ஒரு நபர், தனக்கு எதிராகத் தவறு செய்த மற்றவர்களையும் மன்னிக்க வேண்டும். ஒருவரால் இன்னொருவரை மன்னிக்க முடியாவிட்டால், அந்த நபர் இன்னும் பாவத்தின் தடுமாற்றத்தில் இருக்கிறார். மேலும் அவர் அறிய வேண்டிய விதத்தில் கடவுளை அறியவில்லை.

ஒரு நபர் தனது சகோதரனை ஏழுமுறை மாத்திரமல்ல, ஏழெழுபதுமுறைமட்டும் மன்னிக்கவேண்டும் (மத் 18: 21-22). ஸ்தேவான் முழங்காற்படியிட்டு: ஆண்டவரே, இவர்கள்மேல் இந்தப்பாவத்தைச் சுமத்தாமல் இரும் என்று தம்மைக் கல்லெறிந்தவர்களுக்காக அதிக சத்தமிட்டுச் சொன்னான். (அப்போ. 7:60).

8.0 பாவங்கள் மீதான நியாயதீர்ப்பு:

பாவங்களிலிருந்து ஒருவர் தன்னையே பாதுகாத்துக் கொள்வது அவசியம். அதே சமயம், மற்றவர்களைப் பாவம் செய்ய வைக்காமல் இருப்பதும் அவசியம். கடவுள் எல்லோரிடமும் இரக்கமும் அக்கறையும் கொண்டவர், மற்றவர்களைப் பாவம் செய்ய வைப்பவர்களுக்குக் கடுமையான விளைவு பரிந்துரைக்கப்படுகிறது.

இயேசு தம்முடைய சீடர்களை நோக்கி: இடறல்கள் வராமல் இருக்கமுடியாது, ஆனாலும் அவைகள் எவனால்

வருகிறதோ, அவனுக்கு ஐயோ! என்று கூறினார் (லூக்கா 17:1).

என்னிடத்தில் விசுவாசமாக இருக்கிற இந்தச் சிறியவர்களில் ஒருவனுக்கு இடறல் உண்டாக்குகிறவன் எவனோ, அவனுடைய கழுத்தில் மாவரைக்கும் கல்லைக் கட்டி, கடலின் ஆழத்திலே அவனை அமிழ்த்துகிறது அவனுக்கு நலமாக இருக்கும் என்று இயேசு சொன்னார் (மத் 18:6; மாற்கு 9:42).

9.0 பாவம் பற்றிய தவறான கருத்துக்கள்:

பாவத்தைப் பற்றிய பொதுவான சில தவறான கருத்துக்கள் பின்வருமாறு. தவறான கருத்துக்கள் உண்மையில் கடவுளுக்குப் பிரியமானவற்றைப் பின்பற்றுவதிலிருந்து நம்மைத் தடுக்கலாம், அதன் மூலம் பயனுள்ளவராக இருப்பதிலிருந்து நம்மைத் தடுக்கலாம்.

- கொடூரமான குற்றங்களைச் செய்யும் சிலர் அல்லது ஒரு குறிப்பிட்ட பதவியில் இருப்பவர்கள் முழுவதும் பாவம் செய்து கொண்டே இருப்பார்கள்.
- எதுவும் பாவம் இல்லை மற்றும் முழுமையான தரநிலைகள் இல்லை. நிலத்தின் விதிகளைப் பின்பற்றுவது அல்லது ஏதோவொரு சார்புடன் இருப்பது போதுமானது.
- பாவம் என்பது நாம் செய்யக்கூடாததைச் செய்வது, உண்மையில் நாம் என்ன செய்ய வேண்டும் என்பதைப் பற்றிக் கவலைப்பட வேண்டியதில்லை.
- நோய் மற்றும் துன்பம் பாவங்களால் தான் ஏற்படுகிறது.
- ஒரு குறிப்பிட்ட தேவாலயம் அல்லது குழுவுடன் தொடர்பில் இல்லாமல் இருப்பது ஒரு பாவம். தேவாலயம் அல்லது குழுவின் விதிமுறைகளைப் பின்பற்றாதது பாவம்.

முடிவுரை:

பாவம் இல்லாமல் இருக்க, ஒரு மனிதன் பிறப்பு முதல் இறப்பு வரை தூய்மையாக இருக்க வேண்டும், அது சாத்தியமில்லை. எனவே கடவுளிடமிருந்து நமக்குக் கிடைக்கும் இரட்சிப்பு மட்டுமே சாத்தியமான வழி மற்றும் தீர்வு. கர்த்தர் சர்வாங்க தகனபலிகளிலும் மற்ற பலிகளிலும் மகிழ்வதில்லை. அவருடைய சத்தத்திற்குக் கீழ்ப்படிகிறதைவிட, சர்வாங்க தகனங்களும் பலிகளும் கர்த்தருக்குப் பிரியமாயிருக்குமோ? பலியைவிட கீழ்ப்படிதலும், ஆட்டுக்கடாக்களின் கொழுப்பைவிட செவிகொடுத்தலும் உத்தமம். கலகம்செய்தல் பில்லிசூனிய பாவத்திற்கும், பிடிவாதம்செய்தல் அவபக்திக்கும் விக்கிரக ஆராதனைக்கும் சமமாக இருக்கிறது.

கடவுளுடைய நீதியானது, இயேசு கிறிஸ்துவின் மீது விசுவாசம் வைப்பதன் மூலமும், அவருடைய கிருபையின் மூலமும், எல்லா பாவிகளுக்கும் வெளிப்படுத்தப்படுகிறது (ரோமர் 3: 21-26). தேவனுடைய குமாரனாகிய இயேசுவின் இரத்தம் எல்லா பாவங்களிலிருந்தும் அனைவரையும் சுத்தப்படுத்துகிறது. நம்முடைய பாவங்களை நாம் அறிக்கையிட்டால், அவர் நம்முடைய பாவங்களை மன்னித்து, எல்லா அநியாயங்களிலிருந்தும் நம்மைச் சுத்திகரிப்பதற்கு உண்மையும் நீதியும் உள்ளவராயிருக்கிறார் (1 யோவான் 1:7, 9). இயேசு, உலகத்தின் பாவத்தைச் சுமந்து தீர்க்கிற தேவ ஆட்டுக்குட்டி (யோவான் 1:29). கிறிஸ்து இயேசுவில் இருப்பவர்களுக்கு எந்தத் தண்டனைத்தீர்ப்பும் இல்லை, ஏனென்றால் ஜீவனுடைய ஆவியானவரின் பிரமாணம கிறிஸ்து இயேசுவில் உள்ள விசுவாசிகளைப் பாவம் மற்றும் மரணத்தின் பிரமாணத்திலிருந்து விடுவிக்கிறது (ரோமர் 8: 1, 2).

கர்த்தர் மனிதனிடமிருந்து பெரிய தியாகங்களை விரும்புவதில்லை, ஆனால் அவர்கள் நியாயம்செய்து, இரக்கத்தைச் சிநேகித்து, தேவனுக்கு முன்பாக மனத்தாழ்மையாக நடப்பதை விரும்புகிறார் (மீகா 6: 7, 8).

சத்தியத்தை அறியும் அறிவை அடைந்தபின்பு, நாம் மனப்பூர்வமாகப் பாவம் செய்கிறவர்களாக இருந்தால், பாவங்களுக்காகச் செலுத்தப்படும் வேறொரு பலி இனி இல்லாமல், நியாயத்தீர்ப்பு வரும் என்று பயத்தோடு எதிர்பார்ப்பதும், எதிரிகளை அழிக்கும் கோபத்தின் தண்டனையுமே இருக்கும் (எபி. 10: 26, 27).

தேவனால் பிறந்த எவனும் பாவம் செய்யமாட்டன், ஏனென்றால், அவருடைய வித்து அவனுக்குள் நிலைத்திருக்கிறது; அவன் தேவனால் பிறந்தபடியினால் பாவம் செய்யமாட்டான்.

இதினாலே தேவனுடைய பிள்ளைகள் யாரென்றும், பிசாசின் பிள்ளைகள் யாரென்றும் வெளிப்படும்; நீதியைச் செய்யாமலும் தன் சகோதரனில் அன்புகூராமலும் இருக்கிற எவனும் தேவனால் உண்டானவன் இல்லை. (1 யோவான் 3:9,10).

மேலும் கற்றலுக்கு:

1. https://biblicalbasis2021.blogspot.com/2024/03/doctrine-of-sin.html

மீட்பு பற்றிய வேதாகம போதனை

அறிமுகம்:

முந்தைய தவறுகள் அல்லது **பொறுப்பின்மையின்** காரணமாக **மாட்டிக்கொண்டிருக்கும்** யாரையாவது அல்லது எதையாவது காப்பாற்றுவது அல்லது **விடுவிப்பது** மீட்பு. வழக்கமாக, **மீட்பின் பொழுது** மீட்கும் தொகை இருக்கும். பூமியில் தம்முடைய நோக்கத்தையும் விருப்பத்தையும் நிலைநிறுத்துவதற்காக, கர்த்தர் தம் மக்களை அவர்களுடைய நன்மை மற்றும் நீதியைப் பொருட்படுத்தாமல் மீட்கிறார். கடவுளுடைய மீட்பு என்பது ஒருவரின் நற்குணத்துக்கான வெகுமதியோ அல்லது நல்லிணக்கச் செயலோ அல்ல, மாறாக மனிதகுலம் குறைபாடுகள் மற்றும் வரம்புகளிலிருந்து வெளிவர உதவும் **கடவுளுடைய சுத்த கிருபையே**.

1.0 சொற்பிறப்பியல் மற்றும் ஒத்த சொற்கள்:

"மீட்பு" என்ற தமிழ் வார்த்தை லத்தீன் வார்த்தை ரெடெம்ப்டியோ **என்பதிலி**ருந்து வந்தது (ரெடிமியர், **திரும்பப் பெறுதல்** என்ற வினைச்சொல்**லி**ருந்து பெறப்பட்டது) மேலும் விலை அல்லது மீட்கும் தொகையைச் செலுத்துவதன் மூலம் திரும்ப வாங்குதல் **அல்லது** விடுவி**த்தல்** செயல்முறையை மீட்பு குறிக்கிறது.

எபிரேய மொழியில், மீட்புக்கான ஒத்த சொற்கள் **பிட்யோம்** (פדין) (**யாத்** 21:30), **க்யூலா** (גאלה) (**லேவி** 25: 24), **பெடூத்** (פדות) (சங்கீதம் 111: 9) போன்றவை.

பழைய ஏற்பாட்டில் மீட்புக்கான ஒத்த சொற்கள்**- விடுவிக்கப்படுதல்** (**யேஷூவா-** לישועתך) (**ஆதி** 49: 18), விடுதலை (**ஹாட்ஸ்ஸாலா/ பாலேட்-** פלט /הצלה) (**எஸ்தர்** 4: 14), **மீட்கும் பொருள்** (**கோஃபர்/**

பாடா- כפר/ **פדה**) (**எண்** 35: 31/ சங்கீதம் 49: 7), மீட்டு (கால்/ பதஹ்- פדה / גאל) (லேவி 27: 13; **எரே** 15:21)

கிரேக்க மொழியில், மீட்பிற்கான ஒத்த சொல் அப்**போல்**யூட்ரோசிஸ் (απολύτρωσηϛ) (ரோமர் 3: 24), முதலியன.

புதிய ஏற்பாட்டில் மீட்புக்கான ஒத்த சொற்கள்- இரட்சிப்பு (**சொடேரியா**- σωτηρία) (யோவான் 4: 22), விடுவிக்கப்படுதல்/ **காப்பாற்றப்படுதல்/ விடுவிக்கப்படுதல் (எக்ஸாய்ரியோ**- εξαιρέω) (கலாத்தியர் 1: 4), **மீட்கும் பொருள்** (**லூட்ரா**- λύτρα) (**மத்தேயு** 20: 28)

2.0 மனிதர்களுக்கான கடவுளின் மீட்பு:

கடவுள் இஸ்ரவேல் மக்களை எகிப்திலிருந்து வாக்களிக்கப்பட்ட தேசத்திற்கு ஓங்கிய புயத்**தினாலும், பலத்த** நியாயத்தீர்ப்புகளுடனும் மீட்கிறார்.

> **தாவீது கர்த்தரை நோக்கி இவ்வாறு வேண்டுதல் செய்கிறார்**: உம்முடைய மக்களான இஸ்ரவேலர்களுக்கு நிகரான மக்களும் உண்டோ? பூலோகத்து மக்களில் இந்த ஒரே மக்களைத் தேவன் தமக்கு மக்களாக மீட்பதற்கும், தமக்குப் புகழ்ச்சி விளங்கச்செய்வதற்கும் ஏற்படுத்தினாரே; தேவரீர் எகிப்திலிருந்து மீட்டுக் கொண்டுவந்த உம்முடைய மக்களுக்கு முன்பாகப் பயங்கரமான பெரிய காரியங்களை நடத்தி, உம்முடைய தேசத்திற்கும், அதிலிருந்த மக்களுக்கும், அவர்கள் தெய்வங்களுக்கும், உமது மகிமையை விளங்கச்செய்து, உம்முடைய மக்களான இஸ்ரவேலர்கள் என்றென்றைக்கும் உம்முடைய மக்களாக இருப்பதற்கு,

அவர்களை நிலைப்படுத்தி, கர்த்தராகிய நீரே அவர்களுக்குத் தேவனானீர் (2 சாமு 7: 23, 24; 1 **நாளா** 17: 21, 22).

கர்த்தர் துன்பங்களிலிருந்து விடுவிக்கிறார், மரணத்திலிருந்தும் **யுத்தங்களி**லிருந்தும் மீட்கிறார். கர்த்தர், அவருடைய உறுதியான மற்றும் நித்திய அன்பினால் மீட்பராக இருக்கிறார்.

> மனிதர்கள் செய்யும் அநீதிகளுக்கு என்னை விலக்கி விடுவித்தருளும்; அப்பொழுது நான் உம்முடைய கட்டளைகளைக் காத்துக்கொள்ளுவேன (சங்கீதம் 119:134).

> யூதாவின் மீட்பர் வலிமையானவர், சேனைகளின் கர்த்தர் என்பது அவருடைய பெயர். அவர் பூமிக்கு இளைப்பாறுதலைத் தருவார், ஆனால் பாபிலோனின் குடிகளுக்கு அமைதியைக் கொடுப்பார் (எரே 50:34).

3.0 மீட்கும்பொருள்:

மீட்கும்பொருள் கடவு**ளுக்கு வழங்கப்படுகிறது** அல்லது கடவுள் மற்றும் சக மக்களுக்கு வெவ்வேறு நோக்கங்களுக்காக வழங்கப்**படுகிறது**. மீட்கும்பொருள் என்பது பணம், செல்வம், ஆட்கள் போன்றவையாக **இருக்கலாம்**. சில சமயங்களில் மீட்கும்பொரு**ட்**கள் ஏற்றுக்கொள்ளப்படுவதில்லை.

> “நீ இஸ்ரவேலர்களை அவர்கள் எண்ணிக்கையின்படி கணக்குப்பார்க்க, அவர்களை எண்ணும்போது, அவர்களுக்குள்ளே ஒரு வாதை உண்டாகாதபடி, அவர்களில் ஒவ்வொருவனும் எண்ணப்படும் நேரத்தில் தன்தன் ஆத்துமாவுக்காகக் **கர்த்தருக்கு** மீட்கும் பொருளைக்

கொடுக்க வேண்டும்.", என்று கர்த்தர் மோசேயிடம் சொன்னார் (யாத். 30:11. , 12).

எவனாவது, ஒரு மனிதனைக்கொன்றுபோட்டால், அப்பொழுது சாட்சிகளுடைய வாக்குமூலத்தின்படி அந்தக் கொலைபாதகனைக் கொலைசெய்ய வேண்டும்; ஒரே சாட்சியைக்கொண்டுமட்டும் ஒரு மனிதன் சாகும்படி தீர்ப்புச்செய்யக் கூடாது. சாகிறதற்கு ஏற்றக் குற்றம் சுமந்த கொலைபாதகனுடைய உயிருக்காக நீங்கள் மீட்கும் பொருளை வாங்கக் கூடாது; அவன் தப்பாமல் கொலைசெய்யப்பட வேண்டும். (எண் 35: 30, 31).

4.0 மனிதர்கள் மற்றும் வெவ்வேறு காரியங்களின் மீட்பு:

வெவ்வேறு சூழ்நிலைகளில் வெவ்வேறு நபர்களை**யும்** வெவ்வேறு விஷயங்க**ளையும்** கூட மீட்பதற்காக வெவ்வேறு விதிமுறைகள் கொடுக்கப்பட்டு பின்பற்றப்பட்டன.

4.1 முதற்பேறானவர்களின் மீட்பு:

ஒரு மனிதன் அல்லது மிருகத்தின் முதற்பேறானவற்றை மீட்பதற்காகக் கடவுளால் கொடுக்கப்பட்ட விதிமுறைகள் இருந்தன (யாத். 13:1-16; யாத். 34:19, 20; எண் 18:15-17).

4.2 உயிருக்கான மீட்பு:

விபத்தின் காரணமாக உயிர் **இழந்தவ**ருக்கான மீட்பிற்காகக் கடவுளால் கொடுக்கப்பட்ட விதிமுறைகள் இருந்தன (யாத். 21: 29-32).

4.3 நிலத்திற்கான மீட்பு:

நிலத்தை மீட்பதற்காகக் கடவுளால் வழங்கப்பட்ட விதிமுறைகள் இருந்தன (லேவி. 25: 23-34; எரே. 32: 6-9).

4.4 மதிப்பீட்டின் மூலம் திராணிக்கு தக்க மீட்பு:

மதிப்பீட்டின் மூலம் தனிநபர்க**ளுடைய** திராணி**யின்** அடிப்படையில் சில விஷயங்களை மீட்டெடுப்பதற்கு கடவுளால் வழங்கப்பட்ட விதிமுறைகள் இருந்தன (லேவி. 27: 1-34).

4.5 விதவைக்கான மீட்பு:

கணவனை இழந்த பெண்ணை மீட்பதற்கு உறவினர்களுக்கு ஒரு ஒழுங்குமுறை மற்றும் வழக்கம் இருந்தது (ரூத் 3: 1-18; ரூத் 4: 1-12).

4.6 ஏழைக்கான மீட்பு:

ஏழையை மீட்பதற்காகக் கடவுளால் வழங்கப்பட்ட விதிமுறைகள் இருந்தன (லேவி. 25:47-55).

4.7. ஆசாரியர்களுக்குச் செலுத்த வேண்டிய மீட்புப் பணம்:

மோசேயின் காலத்தில் மீட்பின் பணம் ஆசாரியர்கள், ஆரோன் மற்றும் அவரது மகன்களுக்கு வழங்கப்பட வேண்டும் என்று ஒரு கட்டுப்பாடு இருந்தது (எண் 3:40-51).

5.0 மீட்பு எதிர்பார்க்கப்பட்டது:

கடவுளுடைய இரட்சிப்பு மற்றும் மீட்பு பல தீர்க்கதரிசிகள் மற்றும் மக்களால் எதிர்பார்க்கப்பட்டது.

> நீங்கள் மகளாகிய சீயோனை நோக்கி: இதோ, உன் இரட்சிப்பு வருகிறது; இதோ, அவர் கொடுக்கும் பலன் அவரோடும், அவர் செய்யும் பிரதிபலன் அவர் முன்பாகவும்

வருகிறது என்று சொல்லுங்கள் என்று, **கர்த்தர்** பூமியின் கடைசிவரைக்கும் கூறுகிறார். அவர்களைப் பரிசுத்த மக்களென்றும், **கர்த்தரால்** காப்பாற்றப்பட்டவர்களென்றும் சொல்லுவார்கள்; நீ தேடிக்கொள்ளப்பட்டதென்றும், கைவிடப்படாத நகரமென்றும் பெயர்பெறுவாய் (ஏசாயா 62:11,12).

ஆசேருடைய கோத்திரத்தைச் சேர்ந்த, பானுவேலின் மகளாகிய அன்னாள் என்ற பெயர்கொண்ட வயதான ஒரு தீர்க்கதரிசி இருந்தாள்; அவள் திருமணம்செய்து ஏழுவருடங்கள்மட்டுமே புருஷனோடு வாழ்ந்தாள். எண்பத்து நான்கு வயதுள்ள அந்த விதவை தேவாலயத்தைவிட்டுப் போகாமல், இரவும் பகலும் உபவாசித்து, ஜெபம்பண்ணி, ஆராதனை செய்துகொண்டிருந்தாள். அவளும் அந்த நேரத்திலே வந்து, கர்த்த்தரைப் புகழ்ந்து, எருசலேமின் மீட்புக்காகக் காத்திருந்த எல்லோருக்கும் இயேசுவைக்குறித்துப் பேசினாள் (லூக்கா 2:36-38).

5.1 கிறிஸ்துவின் மூலம் மீட்பும் நியாயதீர்ப்பும்:

இயேசு கிறிஸ்து எல்லா மக்களையும் எல்லா பாவங்களிலிருந்தும் மீட்டு நல்ல செயல்களைச் செய்ய அவர்களைத் **தகுதி**ப்படுத்துவதற்காக மீட்கும் பொருளாகச் சிலுவையில் மரித்தார் (தீத்து 2:11-15).

கிறிஸ்துவானவர் வரப்போகிற நன்மைகளுக்குரிய பிரதான ஆசாரியராக வெளிப்பட்டு, கையினால் செய்யப்பட்டதாகிய இந்தப் படைப்பு சம்பந்தமான கூடாரத்தின்வழியாக அல்ல,

பெரிதும் உத்தமுமான கூடாரத்தின் வழியாகவும், வெள்ளாட்டுக்கடா, இளங்காளை இவைகளுடைய இரத்தத்தினாலே அல்ல, தம்முடைய சொந்த இரத்தத்தினாலும் ஒரேமுறை மகா பரிசுத்த இடத்திற்குள் நுழைந்து, நித்திய மீட்பை உண்டுபண்ணினார். அது எப்படியென்றால், காளை வெள்ளாட்டுக்கடா இவைகளின் இரத்தமும், தீட்டுப்பட்டவர்கள்மேல் தெளிக்கப்பட்ட கடாரியின் சாம்பலும், சரீரசுத்தம் உண்டாகப் பரிசுத்தப்படுத்துமென்றால், நித்திய ஆவியானவராலே தம்மைத்தாமே பழுதில்லாத பலியாகத் தேவனுக்கு ஒப்புக்கொடுத்த கிறிஸ்துவினுடைய இரத்தம் ஜீவனுள்ள தேவனுக்கு ஊழியம் செய்வதற்கு உங்களுடைய மனச்சாட்சியைச் செத்த செயல்கள் இல்லாமல் சுத்திகரிப்பது எவ்வளவு நிச்சயம்! ஆகவே, முதலாம் உடன்படிக்கையின் காலத்திலே நடந்த அக்கிரமங்களை நீக்குவதற்காக அவர் மரணமடைந்து, அழைக்கப்பட்டவர்கள் வாக்குத்தத்தம்பண்ணப்பட்ட நித்திய சுதந்திரத்தை அடைந்துகொள்வதற்காக, புதிய உடன்படிக்கையின் மத்தியஸ்தராக இருக்கிறார் (எபி. 9: 11-15).

5.2 உடலுக்கான மீட்பு

கடவுளின் பிள்ளைகளாக ஆன பிறகு, விசுவாசிகளால் உடலுக்கான மீட்பு எதிர்பார்க்கப்படுகிறது.

பவுல் ரோமர்களுக்கு இவ்வாறு எழுதியுள்ளார், நமக்குத் தெரிந்திருக்கிறபடி, இதுவரைக்கும் படைப்புகள் எல்லாம் ஒன்றாகத் தவித்துப் பிரசவவேதனைப்படுகிறது. அதுவும் இல்லாமல், ஆவியானவரின் முதற்பலன்களைப் பெற்ற

நாமும் நம்முடைய சரீர மீட்பாகிய பிள்ளை என்கிற உரிமை வருகிறதற்குக் காத்திருந்து, நமக்குள்ளே தவிக்கிறோம் (ரோமர் 8: 22, 23).

6.0 கிறிஸ்துவே மீட்பரானார், யாரும் பெருமை பாராட்டுவதற்கு ஏதுவாக ஒன்றுமில்லை:

ஒருவனும் தன் சொந்த நீதியைப் பற்றி மேன்மைபாராட்ட வேண்டியதில்லை, ஏனென்றால் மீட்பு கிறிஸ்து இயேசுவில் உள்ளது (ரோமர் 3: 21-27; 1 கொரி 1: 28-31; எபே 1: 7-10; 1 தீமோ 2: 5, 6).

> பவுல் கொலோசேயர்களுக்கு இவ்வாறு எழுதியுள்ளார், தேவன் அவர்களை இருளின் அந்தகாரத்திலிருந்து விடுவித்து, தம்முடைய அன்பான குமாரனின் ராஜ்யத்திற்கு அவர்களை மாற்றினார், அதில் அவர்களுக்கு மீட்பாகிய பாவ மன்னிப்பு உள்ளது (கொலோ 1: 3-14).

6.1 மீட்பிற்கான பரிசுத்த ஆவியின் முத்திரை:

விசுவாசிகள் மீட்பின் நாளுக்காகத் தேவனுடைய பரிசுத்த ஆவியால் முத்திரையிடப்பட்டுள்ளனர்.

> அன்றியும், நீங்கள் மீட்கப்படும் நாளுக்காக முத்திரையாகப் பெற்ற தேவனுடைய பரிசுத்த ஆவியானவரைத் துக்கப்படுத்தாமல் இருங்கள் (எபேசியர் 4:30).

7.0 நியாயதீர்ப்புக்குப் பிறகு மீட்பு

மனுஷகுமாரன் வருவதற்கான அடையாளத்தைக் காணும்போது நியாயத்தீர்ப்புக்குப் பின் மீட்பு நெருங்கிவருகிறது என்பதை நாம் அறிந்துகொள்ள முடியும்.

அந்தநாட்களின் உபத்திரவம் முடிந்தவுடனே, சூரியன் இருளடையும், சந்திரன் ஒளியைக் கொடுக்காமல் இருக்கும், நட்சத்திரங்கள் வானத்திலிருந்து விழும், வானத்தின் வல்லமைகள் அசைக்கப்படும். பூமியின்மேலுள்ள மக்களுக்குத் தத்தளிப்பும் இக்கட்டும் உண்டாகும்; கடலும் அலைகளும் முழக்கமாக இருக்கும். வானத்தின் கோள்கள் அசைக்கப்படும்; ஆதலால் பூமியின்மேல் வரும் ஆபத்துக்களுக்குப் பயந்து எதிர்பார்த்திருக்கிறதினால் மனிதர்களுடைய இருதயம் சோர்ந்துபோகும். அப்பொழுது மனிதகுமாரனுடைய அடையாளம் வானத்தில் காணப்படும். அப்பொழுது, மனிதகுமாரன் வல்லமையோடும் மிகுந்த மகிமையோடும் வானத்தின் மேகங்கள்மேல் வருகிறதை பூமியில் உள்ள எல்லாக் கோத்திரத்தார்களும் கண்டு புலம்புவார்கள். வலுவாகத் தொனிக்கும் எக்காளசத்தத்தோடு அவர் தமது தூதர்களை அனுப்புவார்; அவர்கள் அவரால் தெரிந்துகொள்ளப்பட்டவர்களை வானத்தின் ஒருமுனைமுதல் மறுமுனைவரைக்கும் நாலு திசைகளிலுமிருந்து கூட்டிச்சேர்ப்பார்கள். இவைகள் நடக்கத் தொடங்கும்போது, உங்களுடைய மீட்பு அருகிலிருப்பதால், நீங்கள் நிமிர்ந்துபார்த்து, உங்களுடைய தலைகளை உயர்த்துங்கள் என்றார் (மத் 24: 29-31; மாற்கு 13: 24-27; லூக்கா 21: 20-29).

8.0 மோசே – ஆளுகிறவராகவும் மீட்பராகவும் அனுப்பப்பட்டார்

இஸ்ரவேல் ஜனங்கள் எகிப்தில் இருந்தபோது அவர்களுக்கு ஆட்சியாளராகவும் மீட்பராகவும் மோசே அழைக்கப்பட்டார்.

உன்னை அதிகாரியாகவும் நியாயாதிபதியாகவும் நியமித்தவன் யார் என்று சொல்லி அவர்கள் நிராகரித்த இந்த மோசேயைத்தான் தேவன், முட்செடியில் அவனுக்குத் தரிசனமான தூதனாலே தலைவனாகவும் மீட்பனாகவும் அனுப்பினார் என்று ஸ்தேவான் கூறினார் (அப்போ 7:35).

8.1 மீட்கப்படவில்லை என்ற வேதனை

யோபு தனது வாழ்க்கையில் போராடியதால் மிகவும் வேதனையடைந்தார், மேலும் அவரது நண்பர் அவரைக் கேள்வி கேட்க வந்தபோது, அவர் அவரிடம் "சத்துருவின் கைக்கு என்னைக் காப்பாற்றுங்கள், கொடியவரின் கைக்கு என்னைத் தப்புவித்து காப்பாற்றிவிடுங்கள் என்றும் நான் சொன்னதுண்டோ?", என்று கேட்டார் (யோபு 6:23).

9.0 இரட்சிப்பு:

அனைத்து **பொறுப்பின்மை**களிலிருந்தும் தீமைகளிலிருந்தும் ஒரு அழகான, மகிழ்ச்சியான மற்றும் அமைதியான வாழ்க்கைக்கு **ஏதவாக** ஒரு நபர் பெறக்கூடிய மிகப்பெரிய பரிசு இரட்சிப்பு. இரட்சிப்பு என்பது சாதகமற்ற ஒன்றிலிருந்து காப்பாற்றப்படுவதைக் குறிக்கிறது. இரட்சிக்கப்படுவது ஒரு புள்ளி மட்டுமல்ல, அது **பயணித்துச்** செல்ல வேண்டிய ஒரு செயல்முறையாகும். ஒரு நாணயத்தின் நிறைவுக்கு எப்போதும் இரண்டு பக்கங்கள் உள்ளன, அதேபோல் இரட்சிப்புக்கு இரண்டு பக்கங்கள் உள்ளன, அவை கடவுளை ஏற்றுக்கொள்**ளும் மனிதன்** மற்றும் **கிருபையையும்** அன்பையும் வெளிப்படுத்தும் கடவுள். இரண்டும் அவசியம், மற்றும் மனிதனின் பண்புகளையும் கடவுளின் பண்புகளையும் புரிந்து கொள்ளாமல் இரட்சிப்பின் **கிரியை**யை வரையறுப்பது புரிந்துகொள்ள முடியாதது.

"கர்த்தருடைய இரட்சிப்பு அவருக்குப் பயப்படுகிறவர்களுக்கு சமீபமாயிருக்கிறது." (சங்கீதம் *85:9)*

9.1 சொற்பிறப்பியல் மற்றும் ஒத்த சொற்கள்:

கிரேக்க மொழியில் இரட்சிப்பு என்ற வார்த்தையானது "சோடெரியா (σωτηρία) (யோவான் 4:22)" மற்றும் 'சோசோ (σῴζω) (மத் 1:21)' என்பதிலிருந்து பெறப்பட்டது, அதாவது காப்பாற்றுதல், மீட்பது, வழங்குதல், குணப்படுத்து**தல்;** மற்றும் 'சோட்டர் (σωτήρ) (லூக்கா 1:47)' **என்பதில் இருந்தும் வருவிக்கப்பட்டது,** அதாவது இரட்சகர் அல்லது விடுவிப்பவர். சோடெரியா என்பது வெறுமனே இரட்சகர் காப்பாற்றுகிறார் அல்லது விடுதலையை குறிக்கிறது.

சோடெரியா என்பது இரட்சகரின் (கடவுளின்) செயல் ஆகும், இது மனிதகுலத்திற்கு விடுதலை, மறுசீரமைப்பு, பாதுகாப்பு மற்றும் இரட்சிப்புக்கான ஏற்பாடுகளைச் செய்தது.

"இரட்சிப்பு" என்பது பின்வரும் ஹீப்ரு வார்த்தைகளிலிருந்தும் அதற்கு இணையான தமிழ் வார்த்தைகளிலிருந்தும் பெறப்படலாம்:

גְּאֻלָּה [**க்யூ**லா] (லேவியராகமம் 25:29) - இரட்சிப்பு, மீட்பு, சுதந்திரம், விடுதலை

יְשׁוּעָה [**யேசுவா**] (சங்கீதம் 20:6) - இரட்சிப்பு, உதவி, மீட்பு

הַצָּלָה [ஹட்சலா] (எஸ்தர் 4:14) - காப்பாற்றுதல், மீட்பது, இரட்சிப்பு

10.0 கடவுள் - இரட்சிப்பின் ஆசிரியர்:

இரட்சிப்பு என்பது அபரிமிதமான கிருபையினாலும் அன்பினாலும், இயேசு கிறிஸ்துவின் தியாக மரணத்**தினால்** மனிதகுலத்திற்கான மீட்கும்பொருளை ஒருமுறை செலுத்துவ**தும்,** நம்மை

வழிநடத்துவதற்கும் நம்மைக் காப்பதற்கும் நமக்குள் இருக்கும்படி **தேவனுடைய** ஆவியை வழங்குவ**தற்கும்** மனிதகுலத்திற்கான **கடவுளின்** நித்திய திட்டமாகும்.

10.1 கடவுள் நமது இரட்சிப்பின் ஆதாரமாகவும் இரட்சிப்பை வழங்குபவராகவும் இருக்கிறார்- இரட்சிப்பு என்பது கடவுளின் நித்திய கிருபையால், எல்லா தெய்வ **தன்மையும்** பாவமில்லாத மனிதனாக**வும்** இருக்கும் இயேசு கிறிஸ்துவின் தியாகத்தின் மூலம், ஒவ்வொருவரையும் அவர்களின் குற்றங்கள் அல்லது பாவங்களிலிருந்து காப்பாற்றுவதற்கான இலவச பரிசு. இரட்சிப்பு உட்பட எல்லாவற்றின் தீர்வும் எல்லாவற்றின் மூலமாக **இருக்கும்** கடவுளிடமிருந்து மட்டுமே சாத்தியமாகும்.

> இரட்சிப்பின் ஆதாரம் கடவுள் (யாத். 15:2, சங்கீதம் 118:14, 21, லூக்கா 3:6, பிலி 1: 28, எபி 5:9, வெளி 7:10; அப்போ 7: 25, சங்கீதம் 50:23, சங்கீதம் 85:7, 91:16, சங்கீதம் 119:41, சங்கீதம் 149:4, ஏசாயா 26:1)
>
> அத்துமீறல் மற்றும் கீழ்ப்படியாமையிலிருந்து தப்பிக்க, பெரிய இரட்சிப்பை விடச் சிறந்த வழி எதுவுமில்லை, இது முதலில் கர்த்தரால் அறிவிக்கப்பட்டது, மேலும் கேட்ட**றிந்த**வர்களால் மக்களுக்குச் சான்றளிக்கப்பட்டது (எபி. 2: 2-4).

10.2 இயேசுவே நம் இரட்சிப்பின் வழி- மனித குலத்தின் இரட்சிப்புக்காக, கடவுளின் நித்திய திட்டத்தாலும் நோக்கத்தாலும், இயேசு உலகிற்கு வந்தார்.

> "வீடுகட்டுகிறவர்களாகிய உங்களால் அற்பமாக நினைக்கப்பட்ட **கிறிஸ்துவே** அஸ்திபாரத்திற்கு

முதற்கல்லானவர். அவரைத்தவிர வேறொருவராலும் இரட்சிப்பு இல்லை; நாம் இரட்சிக்கப்படும்படிக்கு வானத்தின் கீழெங்கும், மனிதர்களுக்குள்ளே அவருடைய நாமம்தவிர வேறொரு நாமம் கொடுக்கப்படவுமில்லை", **என்று பேதுரு பிரசங்கித்தார் (அப்போ** 4: 11, 12)

10.3 பரிசுத்த ஆவியானவர் நமது இரட்சிப்பிற்கான வரம்- ஒரு நபர் **கர்த்தரும்** இரட்சகரு**மானவரை** உண்மையாக நம்பத் தொடங்கும் போது, **தேவனுடைய** ஆவி**யானவரை பெறுவார், பரிசுத்த ஆவியானவர்** எல்லாவற்றிலும் வழிகாட்டி, **சரி** மற்றும் தவ**றை** பகுத்தறிய உதவுவதன் மூலம் அந்த நபரில் செயல்படத் தொடங்குகிறார். ஒரு நபர் சோதனைகளை எதிர்கொள்ளும் போது அல்லது சோதனையில் விழும் போது, **தேவனுடைய** ஆவியானவர் கடவுளுக்குச் செவிசாய்க்கச் **செய்து** அவருடன் சமரசம் செய்துகொள்ள உதவுகிறார்.

> நீங்களும் உங்களுடைய இரட்சிப்பின் நற்செய்தியாகிய சத்திய வசனத்தைக்கேட்டு, விசுவாசிகளானபோது, வாக்குத்தத்தம்பண்ணப்பட்ட பரிசுத்த ஆவியானவரால் அவருக்குள் முத்திரைபோடப்பட்டீர்கள் (எபே. 1:13).

10.4 இரட்சிப்புக்கான நிபந்தனைகள்:

இரட்சிப்பு என்பது ஒரு உயர்ந்த **நபரால்** மட்டுமே சாத்தியமாகும், ஆனால் அதே நேரத்தில் இரட்சிப்பின் அவசியத்தை **அது** தேவைப்படும் நபரும் உணர வேண்டும். ஒரு நபர் இரட்சிக்கப்படுவதற்கான இணைப்புக் காரணி **என்னவெனில்** நீதியுடனும் அன்புடனும் நம்ப**த்தன்மையுடனும் உள்ள**வர் மீது நம்பிக்கை வைப்பதாகும்.

கிறிஸ்து இயேசுவைத் தவிர வேறொருவராலும் இரட்சிப்பு இல்லை; நாம் இரட்சிக்கப்படும்படிக்கு வானத்தின் கீழெங்கும், மனிதர்களுக்குள்ளே அவருடைய நாமம்தவிர வேறொரு நாமம் கொடுக்கப்படவுமில்லை(அப்போ 4:12). இரட்சிப்புக்கு நீதியைக் கடைப்பிடிப்பதும் சரியானதைச் செய்வதும் அவசியம் (ஏசாயா 56:1). விசுவாசத்தின் விளைவாக ஆத்மாவின் இரட்சிப்பைப் பெற முடியும் (1 பேதுரு 1:9; 1 பேதுரு 1:5).

11.0 கடவுள் இரட்சிப்பை தருதல்:

ஊக்கமாக ஜெபிக்கும்போது, தேவன் தம்முடைய நிச்சயமான இரட்சிப்பைத் தருகிறார் (சங்கீதம் 69:13). நீதிமான்களுக்கு கடவுளின் இரட்சிப்பு தாமதமாகாது (ஏசாயா 46:13). மனந்திரும்புவதால் இரட்சிப்பைப் பெற முடியும் (லூக்கா 19:9). இரட்சிப்பு விசுவாசிகளுக்கு மிக அருகில் உள்ளது (ரோமர் 13:11). விசுவாசிகளின் துன்பம் அவர்களின் ஆறுதலுக்காகவும் இரட்சிப்பிற்காகவும் இருக்கிறது (2 கொரி 1:6). தெய்வீக துக்கம் வருத்தமடைய செய்யாமல் இரட்சிப்புக்கு வழிவகுத்து மனந்திரும்புதலை ஏற்படுத்துகிறது(2 கொரி 7:10). தங்கள் வேலையில் உண்மையுள்ளவர்களாகவும், கடவுளை நேசிப்பவர்களாகவும் இருக்கும் விசுவாசிகளுக்கு இரட்சிப்பு நிச்சயம் (எபி 6:7-10). தேவனுடைய வார்த்தையும், தேவ போதனைகளும், கிறிஸ்து இயேசுவை விசுவாசிக்க செய்வதன் மூலம் ஒரு நபரை இரட்சிப்புக்கு ஏற்ற ஞானியாக்குகின்றன (2 தீமோ. 3:15).

11.1. இரட்சிப்பிற்கான ஏக்கம்:

சிலுவையில் இயேசுவின் தியாக மரணத்தின் மூலம் இரட்சிப்பு பல தீர்க்கதரிசிகள் மற்றும் அவருக்கு முன் வாழ்ந்த முக்கிய நபர்களால் பெரிதும் எதிர்பார்க்கப்பட்டது, ஏனெனில் இது மனிதகுலத்தின் மிகப்பெரிய நம்பிக்கையாகும் (சங்கீதம் 119:81, 116, 123, 174; புலம்பல் 3:26; 1 பேதுரு 1:10).

11.2. இரட்சிப்பில் மகிழ்ச்சி:

ஒரு நபர் குற்ற உணர்ச்சியிலிருந்து விடுபட்டு, நிர்ப்பந்தங்கள் அல்லது தவறுகளிலிருந்து விலகி இருப்பதாகிய, உண்மையான கடவுளிடமிருந்து இயேசுவின் மூலம் பெறப்படும் இரட்சிப்பைக் காட்டிலும் பெரிய மகிழ்ச்சி வேறு எதுவும் இல்லை (சங்கீதம் 9:14, ஏசாயா 25:9; சங்கீதம் 35:9).

11.3. இரட்சிப்புக்காகக் கடவுளுக்கு ஸ்தோத்திரம்:

சர்வ வல்லமையுள்ள மற்றும் இறையாண்மையுள்ள கடவுளால் மட்டுமே இரட்சிப்பு சாத்தியமாகும், அவர் அனைத்தையும் நேசிக்கிறார் மற்றும் நீதியுள்ளவர். கர்த்தருடைய இரட்சிப்பை விரும்புகிறவர்கள் அவரை உயர்த்துவார்கள் (சங்கீதம் 40:16, 70:4).

12.0 இரட்சிப்பின் தூதர்:

இயற்கை, உணர்ச்சிகள், புத்தி, மனசாட்சி மற்றும் ஒருவரையொருவர் சார்ந்திருத்தல் போன்ற பல வழிகளில் கடவுள் தன்னை வெளிப்படுத்தியிருக்கிறார். தலைமுறை தலைமுறையாக மக்கள் ஒருவருக்கொருவர் தகவல்களை அனுப்பும் முக்கியமான வழிகளில் ஒன்று தகவல் தொடர்பு. இரட்சிப்பானது அறிந்தவர்களாலும் அனுபவித்தவர்களாலும் அறிவிக்கப்படுகிறது. இரட்சிப்பின் தூதர் மதிப்புமிக்கவர், ஏனெனில் வேறு எந்த

அறிவாலும் தர முடியாது சுய மாற்றத்திற்கான செய்திகளை அவர் கொண்டு வருகிறார்.

> நற்செய்தியாளனுடைய பாதங்கள் மலைகளின்மேல் எவ்வளவு அழகாயிருக்கின்றன. (ஏசாயா 52:7). இரட்சிப்பின் வழியை அறிவிக்கும் மனிதர்கள் உன்னதமானவரின் ஊழியர்களாக அங்கீகரிக்கப்பட்டனர் (அப்போ 16:17).

12.1. வெட்கப்படாமல் மற்றவர்களின் இரட்சிப்புக்காகச் சகித்துக்கொள்ளுதல்:

மற்றவர்களின் பதிலைப் பொருட்படுத்தாமல், நம்முடைய வார்த்தைகள் மற்றும் செயல்களின் மூலம் கிறிஸ்துவின் நற்செய்தியை அறிவிப்பதில் நாம் வெட்கப்படக் கூடாது (2 தீமோ. 2:10; அப்போ 1:16).

13.0 இரட்சிப்பைச் செயல்முறைபடுத்துதல்:

இரட்சிப்பைப் பெறவும், அதற்காக உழைக்கவும் விரும்பும் அனைவருக்கும் கடவுளால் அது இலவசமாக வழங்கப்படுகிறது. இது ஒரு புள்ளி மட்டுமல்ல, ஒரு செயல்முறை, ஏனென்றால் ஒரு நபர் தற்போது கடவுளின் நிபந்தனைகளையும் கட்டளைகளையும் பின்பற்றவில்லை ஆனால் கடவுளை முன்பு நம்பினார் மற்றும் அவருக்குப் பிரியமான வாழ்க்கை வாழ்ந்தார் என்று யாராலும் சொல்ல முடியாது. ஒரு நபர் அவ்வாறு கூறினால், அந்த நபர் கடவுளை அறிந்திருக்க வேண்டிய விதத்தில் அவரை அறிந்திருக்கவில்லை. கடவுளின் இரட்சிப்பில் இருப்பதற்குக் கட்டளைகளைக் கடைப்பிடித்து, கர்த்தருடைய சாயலில் வளருவதன் மூலம் விசுவாசத்தைப் பயிற்சி செய்வது முக்கியம்.

ஆகவே, எனக்குப் பிரியமானவர்களே, நீங்கள் எப்பொழுதும் கீழ்ப்படிகிறபடியே, நான் உங்களுக்கு அருகில் இருக்கும்பொழுது மட்டுமில்லை, நான் தூரத்தில் இருக்கும்பொழுதும், அதிக பயத்தோடும் நடுக்கத்தோடும் உங்களுடைய இரட்சிப்பு நிறைவேறப் பிரயாசப்படுங்கள். ஏனென்றால், தேவனே தம்முடைய தயவுள்ள விருப்பத்தின்படி விருப்பத்தையும் செய்கையையும் உங்களில் உண்டாக்குகிறவராக இருக்கிறார். (பிலி 2: 12, 13)

எல்லாத் தீயகுணங்களையும், எல்லாவிதமான கபடத்தையும், வஞ்சகங்களையும், பொறாமைகளையும், எல்லாவிதமான புறம்கூறுதலையும் ஒழித்துவிட்டு, நீங்கள் வளருவதற்காக, புதிதாகப் பிறந்த குழந்தைகளைப் போல, திருவசனமாகிய களங்கம் இல்லாத பாலின்மேல் வாஞ்சையாக இருங்கள். (1 பேதுரு. 2: 2, 3).

13.1. இரட்சிப்பிற்கான தடை:

கடவுளின் கட்டளைகளைப் பின்பற்ற விரும்பாதவர்கள் இரட்சிப்பைப் பெறுவதில்லை, ஏனென்றால் அவர்கள் வாழ்க்கையில் கடவுளும் அவருடைய கிருபையும் அவர்களுக்குத் தேவையில்லை. அவர்கள் பெரிய நோக்கமின்றி தங்கள் எண்ணங்கள், உணர்வுகள் மற்றும் செயல்களால் தங்களை திருப்திப்படுத்த முயற்சிக்கிறார்கள்.

இரட்சிப்பு துன்மார்க்கருக்கு வெகுதொலைவில் உள்ளது, ஏனென்றால் அவர்கள் கடவுளின் கட்டளைகளைத் தேடுவதில்லை (சங்கீதம் 119:155).

14.0 இரட்சிப்பின் முக்கியத்துவம்:

கடவுளை நம்புகிறவர்களைச் சுற்றி அவர்கள் அறிந்தோ அறியாமலோ ஏற்படும் அனைத்து ஆபத்துகளிலிருந்தும் இரட்சிப்பு பாதுகாக்கிறது மற்றும் பாதுகாப்பாக உணர அவர்களுக்கு உதவுகிறது.

> இரட்சிப்பு உயர்ந்த அடைக்கலமாயிருக்கிறது (சங்கீதம் 69:29).

> ஏனென்றால், எல்லா மனிதர்களுக்கும் இரட்சிப்பை அளிக்கத் தக்க தேவகிருபையானது வெளிப்பட்டது. நாம் அவபக்தியையும் உலக இச்சைகளையும் வெறுத்து, தெளிந்த புத்தியும் நீதியும் தேவபக்தியும் உள்ளவர்களாக இந்த உலகத்திலே வாழ்ந்து, நாம் நம்பியிருக்கிற ஆனந்தபாக்கியத்திற்கும், மகா தேவனும் நமது இரட்சகருமாகிய இயேசுகிறிஸ்துவினுடைய மகிமையின் வருகைக்காக எதிர்பார்த்துக்கொண்டிருக்கும்படி நமக்குப் போதிக்கிறது. அவர் நம்மை எல்லா அக்கிரமங்களிலிருந்து மீட்டுக்கொண்டு, தமக்குரிய சொந்த மக்களாகவும், நல்லசெயல்களைச் செய்யப் பக்திவைராக்கியம் உள்ளவர்களாகவும் நம்மைச் சுத்திகரிக்கும்படி, நமக்காகத் தம்மைத்தாமே ஒப்புக்கொடுத்தார் (தீத்து 2: 11-14).

15.0 உண்மையான மீட்பு/ இரட்சிப்பை பற்றிய தவறான கருத்துக்கள்:

மீட்பு/ இரட்சிப்பு பற்றிய பல தவறான கருத்துக்கள் ஒரு நபரை உண்மை**யிருந்தும் சரியான** வாழ்க்கை முறையிலிருந்**தும்** விலகச் செய்கின்றன. சில தனிநபர்கள் அல்லது மக்கள் குழுக்கள் **கடுமையாகவோ** அல்லது தாராளவாதமாக**வோ** இருப்பதன் மூலம்

தங்கள் சொந்த தரநிலைகளின்படி **போதனைகளைக் கொண்டிருக்கின்றனர்** மற்றும் சமநிலை**யுடன் இருக்கக்கூடிய** முழுமையான கடவுளின் தரநிலைகளைப் பார்க்கத் தவறிவிடுகின்றனர்.

1. மீட்பு/ இரட்சிப்புக்கு பரிபூரணம் தேவை.
2. மீட்பு/ இரட்சிப்பு ஒரு குறிப்பிட்ட தேவாலயம் அல்லது ஸ்தாபனம் மூலம் மட்டுமே சாத்தியமாகும்.
3. நேர்மையும் பொறுப்புணர்வும் போதுமானது. மனிதனின் நன்மை அவனுக்கு மீட்பை / இரட்சிப்பைக் கொண்டுவருகிறது.
4. இரட்சிக்கப்படுவதற்கு ஞானஸ்நானம் போதுமானது. ஞானஸ்நானம் இல்லை என்றால், மீட்பு / இரட்சிப்பு இல்லை.
5. மீட்பு/ இரட்சிப்புக்கு கடவுளின் **கிருபை** மட்டுமே அவசியம். நாம் இரட்சிக்கப்படுவதற்கு எதையும் செய்ய முடியாது அல்லது செய்ய வேண்டியதில்லை.
6. ஒரு**வர்** கிறிஸ்தவராக **இருப்பதும்** ஒரு குழுவுடன் தொடர்**பில்** இருப்பது**ம் மட்டுமே** மீட்பு/ இரட்சிப்பைக் கொண்டுவருகிறது.
7. மீட்பு/ இரட்சிப்புக்கான பல வழிகளில் இயேசுவும் ஒருவர். அல்லது மீட்பு/ இரட்சிப்புக்கு இயேசு தேவையில்லை.
8. ஒரு நபர் இரட்சிக்கப்பட்ட பிறகு பாவம் செய்ய முடியாது **அல்லது செய்யமாட்டார்**. இரட்சிப்பு என்பது ஒரு முறை நிகழ்வாகும்.
9. ஒரு நபர் இரட்சிக்கப்பட்ட பிறகு, விரும்பத் தக்க எதையும் செய்ய முடியும் அல்லது எதுவும் செய்யக் கூடாது.
10. ஒரு கிறிஸ்தவத் தலைவரால் அபிஷேகம் செய்வதும், கிறித்தவப் பெயரைக் கொண்டு மதம் மாறுவதும் மீட்பு/ இரட்சிப்புக்கு அவசியம்.

முடிவுரை:

மீட்பு என்பது கடவுள் அல்லது சக மனிதர்களால் யாரையாவது அல்லது எதையாவது கஷ்டங்களிலிருந்து மீட்பது / விடுவிப்பது மற்றும் அவர்களுக்கு நன்மையைப் பெற உதவுவது. பொதுவாக, மீட்கும் தொகை அதில் ஈடுபட்டிருக்கும். மீட்பு என்பது **பெரும்பாலும்** ஒரு **உருவம் சார்ந்த** செயல்முறை (உடல் மற்றும் செயல்களை உள்ளடக்கியது) மற்றும் இரட்சிப்பு என்பது **பெரும்பாலும்** ஒரு **மனம் சார்ந்த** செயல்முறை (அறிவு மற்றும் உணர்ச்சிகளை உள்ளடக்கியது) ஆகும்.

இரட்சிப்பு என்பது பரிசுத்த ஆவியின் முத்திரையைப் பெறுவதற்கு கர்த்தராகிய இயேசுவை விசுவாசிப்பதன் மூலம் கடவுளின் கிருபையால் கிடைக்கப்படுவதாகும். இரட்சிப்பு என்பது ஒரு முறை நிகழ்வு மட்டுமல்ல, அது ஒரு செயல்முறையும் கூட. சிலருக்கு இரட்சகரின் தேவைக்கான **உணர்வு** மற்றும் கிறிஸ்துவை தனிப்பட்ட முறையில் ஏற்றுக்கொள்வது ஒரு **தெளிவான நேரமாக** இருக்கும், மேலும் சிலருக்கு இரட்சகரின் தேவைக்கான **உணர்வு** மற்றும் கிறிஸ்துவை தனிப்பட்ட முறையில் ஏற்றுக்கொள்வது படிப்படியான உணர்தலாக இருக்கும். யாராக இருந்தாலும், நம்முடைய **நல்**வாழ்க்கைக்காகக் கர்த்தராகிய ஆண்டவரை தனிப்பட்ட முறையில் ஒவ்வொரு நாளும் அறிந்துகொள்வதன் மூலமும், ஒவ்வொரு சூழ்நிலையிலும் கிறிஸ்துவைப் பிரதிபலிப்பதன் மூலமும், ஒவ்வொரு **செயல்பாட்டிலும்** நம் வாழ்வில் பரிசுத்த ஆவியானவரால் வழிநடத்தப்படுவதன் மூலமும் நமது இரட்சிப்பில் வளருவது முக்கியம். அப்போது நம் வாழ்வு நீதியாலும், நற்செயல்களாலும், உண்மையாலும் நிறைந்திருக்கும்.

மேலும் கற்றலுக்கு:

https://biblicalbasis2021.blogspot.com/2024/03/doctrine-of-redemption.html

இயேசு கிறிஸ்துவின் உயிர்த்தெழுதல் பற்றிய வேதாகம போதனை

அறிமுகம்

இயேசு கிறிஸ்துவின் உயிர்த்தெழுதல் பற்றிய வேதாகம போதனையானது இயேசு சிலுவையின் மரணத்திலிருந்து மூன்றாம் நாளில் உயிர்த்தெழுந்தார் என்பதை உறுதிப்படுத்துகிறது. உயிர்த்தெழுதல் பல மதத் தலைவர்களால் கோரப்பட்டாலும், இயேசு கிறிஸ்துவின் உயிர்த்தெழுதலைத் தவிர மற்ற அனைத்து கோரல்களும் தோல்வியுற்றது. உயிர்த்தெழுதலின் சான்றுகளுக்குச் சில சரியான காரணங்கள் மற்றும் தரநிலைகள் இருக்க வேண்டும். இயேசு கிறிஸ்துவின் உயிர்த்தெழுதலைப் போற்றும் வேதாகம சான்றுகள் உள்ளன, மேலும் இயேசு கிறிஸ்துவை சந்தித்தவர்களும் இயேசு கிறிஸ்துவின் அன்பையும் கிருபையையும் தங்கள் வாழ்க்கையில் பிரதிபலித்து ஆதாரமாக இருப்பவர்களும் உள்ளனர்.

மேலும், உயிர்த்தெழுதல் இயேசுவோடு மட்டும் நின்றுவிடவில்லை, நியாயத்தீர்ப்பு நாளில் நம் ஒவ்வொருவருக்கும் நித்திய வாழ்வுக்காகவும் நியாயத்தீர்ப்பிற்காகவும் உயிர்த்தெழுதல் இருக்கும்.1

1.0 சொற்பிறப்பியல் மற்றும் ஒத்த சொற்கள்

'உயிர்த்தெழுதல்' என்ற சொல் புதிய ஏற்பாட்டில் மட்டுமே பயன்படுத்தப்பட்டுள்ளது மற்றும் அதற்கான கிரேக்க வார்த்தை அனஸ்டசி (Ανάσταση) (அப்போ 17:18).

எழுப்பி (எகெய்ரோ- εγείρω) (1 கொரி. 6:14), உயிர்த்தெழுந்த (எகர்சி- έγερση) (மத் 27:53) போன்று உயிர்த்தெழுதலுக்கு ஒத்த சொற்களும் உள்ளன.

2.0 உயிர்த்தெழுதலுக்கான சான்று

குழந்தை இல்லாமல் கணவனை இழந்த பெண்ணின் திருமணத்தைப் பற்றிக் கேள்வி எழுப்பிய சதுசேயர்களை இயேசு தெளிவுபடுத்துகிறார். உயிர்த்தெழுதலில் பிறப்பு, இறப்பு அல்லது திருமணம் இருக்காது என்று இயேசு கூறினார் (மத் 22: 23-33; மாற்கு 12: 18-27; லூக்கா 20: 27-40).

எந்த எதிர்பார்ப்பும் இல்லாமல் நன்மை செய்பவர்களுக்கு உயிர்த்தெழுதலின் பொழுது அதற்கான பலன் கிடைக்கும் என்று இயேசு உறுதிப்படுத்துகிறார் (லூக்கா 14:12-15).

கடைசி நாளில் லாசரஸ் உயிர்த்தெழுப்பப்படுவார் என்று மார்த்தா கூறுவதை இயேசு எதிர்க்கவில்லை, மேலும் அவரே உயிர்த்தெழுதலும் ஜீவனுமாக இருக்கிறார் என்று உறுதிப்படுத்துகிறார் (யோவான் 11: 17-27).

இறந்தவர்களின் உயிர்த்தெழுதல் கிறிஸ்துவின் அடிப்படை வேதாகம போதனைகளில் ஒன்றாகக் கருதப்படுகிறது.

> ஆகவே, கிறிஸ்துவைப் பற்றிச் சொல்லிய அடிப்படை உபதேசவசனங்களை நாம்விட்டுவிட்டு, செத்த செய்கைகளைவிட்டு மனம்திரும்புதல், தேவன்மேல் வைக்கும் விசுவாசம், ஞானஸ்நான உபதேசம், கரங்களை வைத்தல், மரித்தோரின் உயிர்த்தெழுதல், நித்திய நியாயத்தீர்ப்பு என்ற உபதேசங்களாகிய அஸ்திபாரத்தை மீண்டும் போடாமல், தேறினவர்களாகும்படி கடந்துபோவோம். (எபி. 6: 1, 2).

உயிர்த்தெழுதல் பற்றிய தவறான புரிதல்கள்

இயேசு உயிர்த்தெழுப்பப்படவில்லை, அவருடைய உடல் திருடப்பட்டது என்ற தவறான செய்தி யூதர்களிடையே பரப்பப்பட்டது (மத் 28: 11-15).

உயிர்த்தெழுதல் இல்லை என்று சதுசேயர்கள் நம்பினர்.

> ஏனென்றால், சதுசேயர்கள் உயிர்த்தெழுதல் இல்லையென்றும், தேவதூதனும் ஆவியும் இல்லையென்றும் சொல்லுகிறார்கள். பரிசேயர்களோ அவ்விரண்டும் உண்டென்று ஒப்புக்கொள்ளுகிறார்கள் (அப்போ 23: 8).
>
> உயிர்த்தெழுதல் ஏற்கனவே நடந்ததாகச் சிலர் நம்பினர் (2 தீமோ 2:14-26).

3.0 உயிர்த்தெழுதல் பற்றிய தீர்க்கதரிசனங்கள்:

உயிர்த்தெழுதலைப் பற்றிப் பல தீர்க்கதரிசனங்கள் இருந்தன, மேலும் இயேசு கூடத் தாம் துன்பப்பட வேண்டும், கொல்லப்பட வேண்டும், உயிர்த்தெழுப்பப்பட வேண்டும் என்று தம் சீடர்களுக்கு வெளிப்படுத்தினார் (மத் 17: 22, 23; மாற்கு 9: 31, 32).

> அதுமுதல் இயேசு, தாம் எருசலேமுக்குப்போய், மூப்பர்களாலும் பிரதான ஆசாரியர்களாலும், வேதபண்டிதர்களாலும் பல பாடுகள்பட்டு, கொலையுண்டு, மூன்றாம்நாளில் உயிரோடு எழுந்திருக்க வேண்டும் என்பதைத் தம்முடைய சீடர்களுக்குச் சொல்லத்தொடங்கினார் (மத் 16:21; மாற்கு 8:31; லூக்கா 9:21, 22).

> இயேசு எருசலேமுக்குப் போகும்போது, வழியிலே பன்னிரண்டு சீடர்களையும் தனியே அழைத்து: இதோ, எருசலேமுக்குப் போகிறோம்; மனிதகுமாரன் பிரதான ஆசாரியர்களிடத்திலும் வேதபண்டிதரிடத்திலும் ஒப்புக்கொடுக்கப்படுவார்; அவர்கள் அவரை மரணதண்டனைக்குள்ளாகத் தீர்த்து, அவரைப் பரிகாசம்பண்ணவும், சாட்டையினால் அடிக்கவும், அவர்மேல் துப்பவும், சிலுவையில் அறையவும் யூதரல்லாதவரிடத்தில் ஒப்புக்கொடுப்பார்கள்; ஆனாலும் மூன்றாம்நாளிலே அவர் உயிரோடு எழுந்திருப்பார் என்றார் (மத் 20:17 -19; மார்க் 10: 31-34; லூக்கா 18: 31-34).

4.0 இயேசுவின் உயிர்த்தெழுதல்:

இயேசு கிறிஸ்து மரித்தோரிலிருந்து உயிர்த்தெழுப்பப்பட்டதன் மூலம் விசுவாசிகள் ஜீவனுள்ள நம்பிக்கையுடன் மீண்டும் பிறக்கக் கடவுள் வழி செய்தார். இயேசு தம் உயிர்த்தெழுதலுக்குப் பிறகு எல்லா வல்லமையோடும் அதிகாரத்தோடும் கடவுளின் வலது பாரிசத்தில் வீற்றிருக்கிறார் (1 பேதுரு 1:3-5).

> நோவாவின் பேழைக்கு ஒப்பனையான ஞானஸ்நானமானது, சரீர அழுக்கை நீக்குவதாக இல்லாமல், தேவனைப் பற்றிக்கொள்ளும் நல்ல மனச்சாட்சியின் உடன்படிக்கையாக இருந்து, இப்பொழுது நம்மையும் இயேசுகிறிஸ்துவினுடைய உயிர்த்தெழுதலினால் இரட்சிக்கிறது; அவர் பரலோகத்திற்குப்போய், தேவனுடைய வலது பக்கத்தில் இருக்கிறார்; தேவதூதர்களும், அதிகாரங்களும்,

வல்லமைகளும் அவருக்குக் கீழ்ப்பட்டிருக்கிறது (1 பேதுரு 3:21, 22).

5.0 கிறிஸ்துவின் உயிர்த்தெழுதல் பற்றிய சாட்சியாளர்களும் சாட்சிகளும்:

இயேசு கிறிஸ்துவின் உயிர்த்தெழுதலுக்கு பலர் சாட்சியாளர்களாக இருந்தனர், அவர்களில் பலர் அதைப் பற்றி முந்தைய தீர்க்கத்தரிசனங்களிலிருந்து மேற்கோள் காட்டியுள்ளனர். மேலும், சில சீடர்கள் அல்லது அப்போஸ்தலர்கள் உயிர்த்தெழுதலைப் பற்றிப் பிரசங்கித்ததால் துன்புறுத்தப்பட்டனர் (அப்போ 1: 20-22; அப்போ 2: 29-32; அப்போ 4: 1-3; அப்போ 17: 18; அப்போ 17: 30-32).

> இயேசுகிறிஸ்துவின் ஊழியக்காரனும், அப்போஸ்தலனாக இருப்பதற்காக அழைக்கப்பட்டவனும், தேவனுடைய நற்செய்திக்காகப் பிரித்தெடுக்கப்பட்டவனுமாகிய பவுல், ரோமாபுரியில் உள்ள தேவனுக்குப் பிரியமானவர்களும் பரிசுத்தவான்களாவதற்காக அழைக்கப்பட்டவர்களாகிய அனைவருக்கும் எழுதுகிறதாவது; நம்முடைய பிதாவாகிய தேவனாலும் கர்த்தராகிய இயேசுகிறிஸ்துவினாலும் உங்களுக்குக் கிருபையும் சமாதானமும் உண்டாவதாக. இயேசுகிறிஸ்துவைக் குறித்து தேவன் தம்முடைய தீர்க்கதரிசிகள் மூலமாகப் பரிசுத்த வேதாகமங்களில், முன்னமே தம்முடைய நற்செய்தியைப் பற்றி வாக்குத்தத்தம்பண்ணினபடி கர்த்தராகிய இயேசுகிறிஸ்துவானவர், சரீரத்தின்படி தாவீதின் வம்சத்தில் பிறந்தவரும், பரிசுத்த ஆவியின்படி தேவனுடைய

குமாரர் என்று மரித்தோரிலிருந்து உயிரோடு எழுந்ததினாலே பலமாக நிரூபிக்கப்பட்ட தேவகுமாரனுமாக இருக்கிறார். அவர் எல்லா தேசத்து மக்களையும், அவர்களுக்குள் இயேசுகிறிஸ்துவினால் அழைக்கப்பட்டவர்களாகிய உங்களையும், தமது நாமத்தினிமித்தம் விசுவாசத்திற்குக் கீழ்ப்படியப்பண்ணுவதற்காக, எங்களுக்குக் கிருபையையும் அப்போஸ்தல ஊழியத்தையும் கொடுத்திருக்கிறார் (ரோமர் 1: 1-7).

5.1 மனிதனின் உயிர்த்தெழுதல்:

இறந்த மனிதர்கள் மரித்தோரிலிருந்து உயிர்த்தெழுந்து உயிருடன் இருந்த மக்களுக்குத் தோன்றிய சில நிகழ்வுகள் உள்ளன (மத் 27:50-53).

6.0 உயிர்த்தெழுதலில் கிறிஸ்துவுடன் ஒருங்கிணைந்திருத்தல்:

நாம் மனந்திரும்பி இயேசுவை ஏற்றுக்கொள்ளும்போது உயிர்த்தெழுதலில் நாம் கடவுளோடு ஒன்றுபடுகிறோம். கிறிஸ்துவையும் அவருடைய உயிர்த்தெழுதலின் வல்லமையையும் நாம் அறிந்தால், நற்செயல்களைச் செய்வதன் மூலம் வரும் துன்பங்களைச் நம்மால் தாங்கிக்கொள்ள முடியும், நம் உயிரைக் கொடுக்க நேரிட்டாலும் அவரைப் போலவே இருக்க முயற்சிப்போம். மேலும், நாம் நீதியின் கருவிகளாக மாறும்போது பாவத்தால் வெல்லப்பட மாட்டோம், அதில் தொடர்ந்து இருக்கவும் மாட்டோம் (ரோமர் 6: 1-14).

பவுல் பிலிப்பியர்களுக்கு இவ்வாறு எழுதுகிறார், அதுமட்டும் இல்லை, என் கர்த்தராகிய கிறிஸ்து இயேசுவை

அறிகிற அறிவின் மேன்மைக்காக எல்லாவற்றையும் நஷ்டம் என்று நினைத்துக்கொண்டிருக்கிறேன். நான் கிறிஸ்துவை ஆதாயப்படுத்திக்கொள்வதற்காக, நியாயப்பிரமாணத்தினால் வருகிற சுயநீதியை உடையவனாக இல்லாமல், கிறிஸ்துவின்மேல் உள்ள விசுவாசத்தினால் வருகிறதும், விசுவாசம் மூலமாகத் தேவனால் உண்டாயிருக்கிறதுமான நீதியை உடையவனாக இருந்து, கிறிஸ்துவிற்குள் இருக்கிறவன் என்று தெரியும்படிக்கும், இப்படி நான் அவரையும் அவருடைய உயிர்த்தெழுதலின் வல்லமையையும், அவருடைய பாடுகளின் ஐக்கியத்தையும் தெரிந்துகொள்வதற்கும், அவருடைய மரணத்திற்கு இணையான மரணத்திற்குள்ளாகி, எப்படியாவது நான் மரித்தோரிலிருந்து உயிரோடு எழுந்திருப்பதற்குத் தகுதியாவதற்கும், அவருக்காக எல்லாவற்றையும் நஷ்டமென்றும் குப்பையென்றும் நினைக்கிறேன். (பிலிப் 3: 8-11).

7.0 உயிர்த்தெழுதலின் முக்கியத்துவம்:

நன்மை செய்தவர்கள் உயிர்த்தெழுதலையும், தீமை செய்தவர்கள் நியாயத்தீர்ப்பின் மறுமையையும் பெறுவார்கள். இயேசுவின் உயிர்த்தெழுதலுக்கு அப்போஸ்தலர்கள் சாட்சியமளித்தனர், மேலும் அனைத்து விசுவாசிகளுக்கும் உடைமைகள் சமமாகப் பகிரப்பட்டன (அப்போ 4: 32-37).

கிறிஸ்துவின் உயிர்த்தெழுதலின் மூலம், நம்முடைய எல்லா நம்பிக்கைகளுக்கும் நிச்சயமும் அடித்தளமும் உள்ளது. மேலும், ஒரு

ஆவிக்குரிய உடல் உள்ளது (1 கொரி 15: 35-49) அதைக் கண்டு ஆச்சரியப்பட வேண்டாம் என்று இயேசு சொன்னார், ஏனென்றால், கல்லறைகளில் உள்ள அனைவரும் அவருடைய சத்தத்தைக் கேட்கும் காலம் வரும்; அப்பொழுது, நன்மை செய்தவர்கள் ஜீவனை அடையும்படி எழுந்திருக்கிறவர்களாகவும், தீமைசெய்தவர்கள் தண்டனையை அடையும்படி எழுந்திருக்கிறவர்களாகவும் புறப்படுவார்கள். (யோவான் 5:28, 29).

> கிறிஸ்து மரித்தோரிலிருந்து உயிரோடு எழுந்தாரென்று பிரசங்கிக்கப்பட்டிருக்க, மரித்தோரின் உயிர்த்தெழுதல் இல்லையென்று உங்களில் சிலர் எப்படிச் சொல்லலாம்? மரித்தோரின் உயிர்த்தெழுதல் இல்லாவிட்டால், கிறிஸ்துவும் உயிரோடு எழுந்திருக்கவில்லையே. கிறிஸ்து உயிரோடு எழுந்திருக்கவில்லையென்றால், எங்களுடைய பிரசங்கமும் வீண், உங்களுடைய விசுவாசமும் வீண். மரித்தோர் உயிர்த்தெழாவிட்டால், தேவன் எழுப்பாத கிறிஸ்துவை அவர் எழுப்பினார் என்று நாங்கள் தேவனைக்குறித்துச் சாட்சி சொன்னதினாலே, தேவனுக்காகப் பொய்ச்சாட்சி சொல்லுகிறவர்களாகவும் காணப்படுவோமே. மரித்தோர் உயிர்த்தெழாவிட்டால், கிறிஸ்துவும் உயிரோடு எழுந்திருக்கவில்லை. கிறிஸ்து உயிரோடு எழுந்திராவிட்டால், உங்களுடைய விசுவாசம் வீணாயிருக்கும்; நீங்கள் இன்னும் உங்களுடைய பாவங்களில் இருப்பீர்கள். கிறிஸ்துவிற்குள் மரணமடைந்தவர்களும் அழிந்து போயிருப்பார்களே. இவ்வுலக வாழ்விற்காகமட்டும் நாம்

கிறிஸ்துவின்மேல் நம்பிக்கை உள்ளவர்களாக இருந்தால், எல்லா மனிதர்களையும்விட மிகவும் பரிதபிக்கப்படத்தக்கவர்களாக இருப்போம். கிறிஸ்துவோ மரித்தோரிலிருந்து உயிரோடு எழுந்து, மரணமடைந்தவர்களில் முதற்பலனானார். மனிதனால் மரணம் உண்டானபடியால், மனிதனால் மரித்தோரின் உயிர்த்தெழுதலும் உண்டானது. ஆதாமுக்குள் எல்லோரும் மரிக்கிறதுபோல, கிறிஸ்துவிற்குள் எல்லோரும் உயிர்ப்பிக்கப்படுவார்கள் (1கொரி 15:12-22).

8.0 உயிர்த்தெழுதல் பற்றிய தவறான கருத்துக்கள்:

உயிர்த்தெழுதல் சில நேரங்களில் அதன் உண்மையான அர்த்தத்திலிருந்து விலகிப் புரிந்துக்கொள்ளப்படுகிறது. மேலும், சிலர் உயிர்த்தெழுதலை பொய்யாகச் சித்தரித்து, பலரை சத்தியத்திலிருந்து தவறாக வழிநடத்துகிறார்கள்.

1. உயிர்த்தெழுதல் என்பது ஆவிக்கானது அல்ல உடலுக்கானது, அல்லது உடலுக்கானது அல்ல ஆவிக்கானது.
2. உயிர்த்தெழுதல் என்பது மறுபிறவி.
3. உயிர்த்தெழுதல் என்பது புதிய வாழ்க்கைமுறை/ மறுசீரமைப்பு.
4. உயிர்த்தெழுதல் உண்மையானது அல்ல, இயேசுவின் உயிர்த்தெழுதலானது சீடர்கள் மற்றும் மற்றவர்களின் மாயை அல்லது அவர்கள் பொய் சொல்லியிருக்கலாம்.
5. உயிர்த்தெழுந்த உடல் என்பது இயல்பான உடலைப் போன்றது, எனவே உடலில் நாம் ஏற்படும் எந்த மாற்றமாகிலும் அது உயிர்த்த உடலைப் பாதிக்கும்.

முடிவுரை:

உயிர்த்தெழுதல் பூமியில் நாம் செய்யும் அனைத்து செயல்களுக்கும் நித்திய வெகுமதி அல்லது நியாயத்தீர்ப்பைப் பெறுவதற்கான மிகப்பெரிய நிச்சயத்தையும் நம்பிக்கையையும் தருகிறது. இது தனிமனிதர்கள் இறையாண்மையுள்ள மற்றும் அழியாத கடவுளை ஒப்புக்கொள்ளச் செய்கிறது. மேலும், நித்திய கண்ணோட்டத்தைக் கொண்டிருப்பதன் மூலம் வேதாகமத்தின் மதிப்பீடுகளையும் கொள்கைகளையும் சமரசம் செய்யாமல் கடவுளுக்குப் பிரியமான ஒரு நீதியான மற்றும் நன்மை பயக்கும் வாழ்க்கையை வாழ இது தனிநபர்களை ஊக்குவிக்கிறது மற்றும் கட்டாயப்படுத்துகிறது. சரியான பாதையில் மற்றவர்களை வழிநடத்த இது நம்மை ஊக்குவிக்கிறது, இதன் மூலம் பூமியில் உள்ள வாழ்க்கையிலும், மரணத்திற்குப் பிந்தைய வாழ்க்கையிலும் ஒவ்வொரு நபரின் உள்ளான மனிதனையும் திருப்திப்படுத்துகிறது.

மேலும் கற்றலுக்கு:

1. https://biblicalbasis2021.blogspot.com/2024/03/doctrine-of-resurrection-of-jesus-christ.html

பரிசுத்த ஆவியானவரின் கிரியையைப் பற்றிய வேதாகம போதனை

அறிமுகம்:

ஒரு நபராகப் பரிசுத்த ஆவியினவரை பற்றிய வேதாகம போதனை மிக முக்கியமான ஒன்றாகும், ஏனெனில் ஒரு விசுவாசியினிடத்தில் கடவுளுடைய பணியை அறிந்துகொள்வதற்கு பரிசுத்த ஆவியினவரை பற்றிப் புரிந்துகொள்வது மிகவும் அவசியம். மேலும், நம்முடைய சர்வவல்லமையுள்ள மற்றும் உன்னதமான கடவுளில் காரணத்துவமுள்ள விசுவாசத்தை வைத்திருக்க உதவுகிறது.

பரிசுத்த ஆவியானவரின் கிரியையைப் பற்றிய வேதாகம போதனையின் தவறான புரிதல் நம்மை மிகவும் குழப்பத்திற்கு இட்டுச் செல்வது மட்டுமல்லாமல், கடவுளைப் பற்றிய தவறான புரிதலுக்கும் வழிவகுக்கும்.

வேதாகமத்தில் உள்ள மனிதர்களின் வாழ்க்கையை நாம் கவனித்தால், அவர்கள் தங்கள் வரம்புகள், பலங்கள் மற்றும் கடவுளின் பிரசன்னத்தின் மத்தியில் மிகவும் தனித்துவமானவர்களாகவும் குறிப்பிட்ட விதத்திலும் இருப்பார்கள். பரிசுத்த ஆவியானவரின் கிரியை மனிதகுலத்தின் தொடக்கத்திலிருந்து மிகவும் தனித்துவமானது மற்றும் குறிப்பிடத்தக்கது.

1.0 சொற்பிறப்பியல் மற்றும் ஒத்த சொற்கள்:

ஆவி (சுவாசம்- breathe) (חוּר- ரூஆக்) (Exo 35:21) என்ற வார்த்தை பழைய ஏற்பாட்டில் பெரும்பாலும் ஆவியைக் குறிக்கப் பயன்படுத்தப்படுகிறது மற்றும் பரிசுத்த (Kוֹשׁד- கோதேஷ்) (Gen 2:3) என்பது பொதுவாக வெவ்வேறு சூழ்நிலைகளில் பயன்படுத்தப்படுகிறது. இரண்டு வார்த்தைகள் இணைந்து பரிசுத்த ஆவி என்ற வார்த்தையை உருவாக்குகின்றன (קדשׁו חוּר- ரூஆக் கோதேஷ்) (ஏசாயா 63:10).

புதிய ஏற்பாட்டிலும், ஆவி (சுவாசம்- breathe) (πνεύμα- நியுமா) (மார்க் 7: 26) என்ற வார்த்தை பெரும்பாலும் ஆவியைக் குறிக்கப்

பயன்படுத்தப்படுகிறது, மேலும் பரிசுத்த (αγιον-ஆகியோன்) (மத் 27: 23) என்பது பொதுவாக வெவ்வேறு சூழ்நிலைகளில் பயன்படுத்தப்படுகிறது. இரண்டு வார்த்தைகள் இணைந்து பரிசுத்த ஆவி என்ற வார்த்தையை உருவாக்குகின்றன (ஹேஜியன் நியுமா - αγιον πνεύμα) (யோவான் 14:24).

தேவனுடைய ஆவியானவரைப் பற்றிப் பயன்படுத்தப்படும் சில வார்த்தைகள்/ சொற்றொடர்கள்

- தேவ ஆவி (ஆதி. 1:2)
- கர்த்தருடைய ஆவி (நியாயாதிபதிகள் 11:29)
- அறிவை உணர்த்த நல் ஆவி (நெகே 9:20)
- நல்ல ஆவி (சங்கீதம் 143:10)
- நியாயத்தின் ஆவி மற்றும் சுட்டெரிப்பின் ஆவி (ஏசாயா 4:3)
- ஆலோசனையையும் பெலனையும் அருளும் ஆவி (ஏசாயா 11:2)
- அறிவையும் கர்த்தருக்குப் பயப்படுகிற பயத்தையும் அருளும் ஆவி (ஏசாயா 11: 2)
- பராக்கிர ஆவி (ஏசாயா 28:6)
- புதிதான ஆவி (எசே 36:26)
- கிருபையின் ஆவி (சகரியா 12:10)
- ஜீவ ஆவி (யோவான் 6:63)
- பரிசுத்த ஆவி (ரோமர் 1:5)

2.0 பரிசுத்த ஆவியானவரின் பண்புகள்:

பரிசுத்த ஆவியானவரின் குணாதிசயங்கள் பிதாவாகிய தேவன் மற்றும் குமாரனாகிய தேவனின் பண்புகளுக்கு ஒத்து இருக்கின்றன, இவை அவரை மற்ற இருவரையும் போலவே கடவுளின் ஒரே ஆளுமையாக ஆக்குகிறது.

* படைப்பின் போது இருந்தார்: தேவ ஆவியானவர் தண்ணீரின்மேல் அசைவாடிக்கொண்டிருந்தார். ஆதியாகமம் 1:2, தேவன் தம்முடைய ஆவியை அனுப்பும்போது, அவைகள் உருவாக்கப்படும்; நீர் பூமி அனைத்தையும் புதிதாக்குகிறீர். சங்கீதம் 104:30.
* போதிக்கிறார்- இஸ்ரவேலர்களுக்குப் போதிக்க தேவன் தம்முடைய ஆவியைக் கொடுத்தார் என்று நெகேமியா எழுதியுள்ளார். நெகேமியா 9:20
* அறிவுறுத்துகிறார்- கடவுள் தம் தீர்க்கதரிசிகள் மூலம் மிகுந்த பொறுமையுடன் அவர்களுக்கு அறிவுரை வழங்கினார். நெகேமியா 9:30
* உருவாக்குகிறார் - தேவனுடைய ஆவியானவர் என்னை உண்டாக்கினார். யோபு 33:4
* எங்கும் நிறைந்திருக்கிறார்- உம்முடைய ஆவிக்கு மறைவாக எங்கே போவேன்? உம்முடைய சமுகத்தைவிட்டு எங்கே ஓடுவேன்?. சங்கீதம் 139:7
* தேவனுடைய ஆவி அவருடைய வார்த்தைகளைச் சேர்க்கும். ஏசாயா 34:16
* நீண்ட பயணத்திற்குப் பிறகு தேவனுடைய ஆவியானவர் மக்களுக்கு ஓய்வு கொடுத்தார். ஏசாயா 63:14
* தேவனுடைய ஆவியானவர் புறாவைப் போல இறங்கினார். மத் 3:16; மாற்கு 1:10
* தேவன் ஆவியாக இருக்கிறார். யோவான் 4:24
* தேற்றரவாளன்- விசுவாசிகளோடு என்றென்றும் இருக்கும்படி. யோவான் 14:16
* சத்திய ஆவியானவர் - உலகம் அவரைப் பார்க்காமலும் அறியாமலும் இருந்தனர். யோவான் 14:17
* ஒரே ஆவியானவர். 1 கொரி 12:13

* ஆவியானவர் பரிசுத்தமாக்குகிறவர். 2 தெச 2:13
* தேவனுடைய ஆவியானவர் பலவீனங்களில் உதவுகிறார். ரோமர் 8:26-27
* ஆவியானவர் சாட்சியளிக்கிறார். ரோமர் 8:16

3.0 பரிசுத்த ஆவியின் பாத்திரங்கள்:

தேவனுடைய ஜனங்கள் ஆவியானவரை தங்கள் வாழ்க்கையில் கிரியை செய்ய அனுமதித்தபோது, தேவனுடைய ஆவியின் பணி தேவனுடைய சித்தத்தின்படி மிகவும் வித்தியாசமானதாக இருக்கும் (எண் 11:26; 2 இராஜாக்கள் 5:6; 1 நாளாகமம் 28:12; ஏசாயா 48:16; ஏசாயா 61:1; எசே 3:12,14,24; 11:5; மீகா 3 8: சகரியா 10:20, மத்தேயு 12:20; மத்தேயு 10:20; 12:36; லூக்கா 10:21; அப்போ 13:51; 2 பேதுரு 1:2)

தேவன் தம்முடைய ஆவியைத் தம் ஊழியக்காரன்மேல் வைத்து, எல்லா தேசங்களுக்கும் நீதியை வழங்குவார். ஏசாயா 42:1 (தம்மைப் பற்றிய தீர்க்கதரிசனம் நிறைவேறியது என்று இயேசு மேற்கோள் காட்டுகிறார். மத்தேயு 12:18)

பரிசுத்த ஆவியானவரால் எசேக்கியேலுக்கு தரிசனம் கொடுக்கப்பட்டது. எசே 11:24

செருபாபேலிடம் கர்த்தர், அறியப்படாத விஷயங்களை ஆவியானவர் மூலம் அவன் அறிய முடியும் என்று கூறினார். Zec 4:6

பர்னபாவையும் சவுலையும் தான் அழைத்த ஊழியத்துக்காகப் பிரித்துவிடுங்கள் என்று பரிசுத்த ஆவியானவர் உரைத்தார்.. அப்போ 13:2

4.0 பரிசுத்த ஆவிக்கு எதிரான விரோதம்/நிந்தனை:

தேவனுடைய ஆவியானவர் மூலம் பேசிய தீர்க்கதரிசிகளுக்கு எதிராக இஸ்ரவேல் ஜனங்கள் கலகம் செய்து கீழ்ப்படியவில்லை. பரிசேயர்கள் இயேசுவைக் குற்றம் சாட்ட விரும்பினர், மேலும் அவர் தீய ஆவியினால் தீய ஆவியைத் துரத்துகிறார் என்று சொன்னார்கள். இயேசு அவர்களுடைய தீய எண்ணங்களைச் சுட்டிக் காட்டி, அது பரிசுத்த ஆவிக்கு எதிரான நிந்தனை, அது கடவுளின் செயல், மன்னிக்கப்படாது என்று அவர்களிடம் கூறினார்.

இஸ்ரவேலர் தங்கள் பாவங்களினால் தேவனுடைய ஆவிக்கு எதிராகக் கலகம் செய்தனர். சங்கீதம் 106:33

தேவன் அவர்களுக்கு உண்மையாக இருந்தபோதிலும் சீயோன் பரிசுத்த ஆவிக்கு எதிராகக் கலகம் செய்தனர். ஏசாயா 63:10

ஆவியானவருக்கு விரோதமான நிந்தனையோ மனிதர்களுக்கு மன்னிக்கப்படுவதில்லை, ஏனென்றால் பரிசேயர்கள் தேவனுடைய ஆவியின் கிரியையை அறிந்திருந்தனர், ஆனால் இயேசு அசுத்த ஆவியினால் செயல்களைச் செய்கிறார் என்று அவர்கள் சொன்னார்கள். மத் 12:31, மாற்கு 3:29

அனனியா தேவனுடைய ஆவியிடம் பொய் சொல்லி அவரைச் சோதிக்க முயன்றார். அப்போ 5:3,9

5.0 பரிசுத்த ஆவியானவரை புதுப்பித்தல்:

பரிசுத்த ஆவியியானவரின் புதுப்பித்தல் என்பது, தங்கியிருக்கும் பரிசுத்த ஆவியானவர் வெளியே சென்று புதுப்பிக்கப்பட்ட வேறொருவராகத் திரும்ப வர வேண்டும் என்று அர்த்தமல்ல. ஒரு விசுவாசி பாவம் செய்யும் போது, பரிசுத்த ஆவியானவர் அந்தக் குற்றங்களைச் சுட்டிக் காட்டுகிறார், மேலும் அந்த நபர் கடவுளுடன்

நெருக்கமாக இருக்க முடியாத குற்ற உணர்ச்சியை உணர்கிறார். மனிதன் எல்லா நேரங்களிலும் மாறினாலும் கடவுள் என்றும் மாறாதவர்.

> தாவீது பத்சேபாவிடம் தவறிழைக்கும்போது தனது ஆவியைப் புதுப்பிக்கும்படி கேட்கிறார். சங்கீதம் 51:10

6.0 பரிசுத்த ஆவி Vs மற்ற ஆவிகள்

பரிசுத்த ஆவியானவரைத் தவிர வேறு சில ஆவிகள் வேதாகமத்தில் குறிப்பிடப்பட்டுள்ளன, இது சில முக்கியத்துவங்களைக் கொண்டுள்ளது, இருப்பினும் மற்ற ஆவி எங்கிற பதம் பெரும்பாலும் வாழ்க்கை, ஜீவன், அல்லது சில குறிப்பிட்ட அடிப்படை பண்புகளைக் குறிக்கிறது.

6.1 மனிதனின் ஆவி:

கடவுள் ஒவ்வொரு மனிதனையும் கண்ணுக்குப் புலன் படாத ஆவியைக் கொண்டு படைத்துள்ளார், அது அவனுக்கு உயிர் தருகிறது. மனிதனின் ஆவி மனிதனின் உடல், அறிவு மற்றும் உணர்வுகள் சார்ந்த அம்சத்தை ஒருங்கிணைத்து ஒரு நபரைச் செயல்பட வைக்கிறது. கடவுள் தனது உயரிய நோக்கத்தை நிறைவேற்றவும் மனிதனின் தனிப்பட்ட பிரதிபலிப்பு/உணர்தலை உருவாக்கவும், மனிதனின் ஆவியை எதிர்கொள்கிறார். மனிதனின் ஆவியைப் பற்றி வேதாகமம் பல விஷயங்களைக் கூறுகிறது மற்றும் சில காரியங்கள் கீழே உள்ளன.

> மனிதனுடைய ஆவி தேவன் தந்த தீபமாக இருக்கிறது; அது உள்ளத்தில் உள்ளவைகளையெல்லாம் ஆராய்ந்துபார்க்கும். நீதிமொழிகள் 20:27
>
> யாக்கோபின் ஆவி (உயிர் மூச்சு) அவரது மகன் ஜோசப்பை மீண்டும் பார்க்கப் புத்துயிர் பெற்றது. ஆதியாகமம் 45:27

யோனத்தானுடைய ஆத்துமா தாவீதின் ஆத்துமாவோடு ஒன்றாக இசைந்திருந்தது. 1சாமுவேல் 18:1

தேவனுக்கு பயப்படுகிற மனிதனுடைய ஆத்துமான நன்மையில் தங்கும். சங்கீதம் 25:13

மனிதனின் ஆவி மேலே எழுகிறது என்று சாலமோன் கேள்வியாக எழுதுகிறார் (பிரசங்கி 3: 21), ஆவி அதைக் கொடுத்த தேவனிடம் திரும்பும்.

மனிதனுடைய தவறுகளுக்காகத் தேவன் என்றென்றும் கோபமாக இருந்தால், அவனுடைய ஆவி சோர்ந்துபோகும். ஏசாயா 57:16

தாங்கள் ஒன்றும் பார்க்காமல் இருந்தும், தங்களுடைய ஆவியின் ஏவுதலைப் பின்பற்றுகிற மதிகெட்ட தீர்க்கதரிசிகளுக்கு ஐயோ என்று கர்த்தர் கூறுகிறார். எசே 13:3

தீர்க்கதரிசிகளுடைய ஆவிகள் தீர்க்கதரிசிகளுக்கு அடங்கியிருக்கிறதே. 1கொரி 14:32

6.2 தீய ஆவி:

மனிதர்களின் பாவங்களின் விளைவாகவோ அல்லது கடவுளின் நோக்கம் அவர்களின் வாழ்விலோ அவர்களைச் சுற்றியுள்ள மக்களின் வாழ்விலோ நிறைவேற்றப்பட வேண்டும் என்பதற்காக, மனிதனுக்கு உள்ளேயும் வெளியேயும் ஒரு தடுமாற்றத்தை ஏற்படுத்தத் தீய ஆவி அனுமதிக்கப்பட்டது.

அபிமெலேக்குக்கும் சீகேமின் பெரிய மனிதர்களுக்கும் நடுவே தீங்கை உண்டாக்கும் ஆவியைத் தேவன் வரச்செய்தார், ஏனென்றால் அவனுடைய 70 சகோதரர்களை (ஜெருபாகாலின் மகன்கள்) கொலை செய்து தீமை செய்தான். நீதிபதிகள்: 9:23

கர்த்தருடைய ஆவி சவுலை விட்டு விலகியது, கர்த்தரிடமிருந்து பொல்லாத ஆவி சவுலை

வேதனைப்படுத்தியது. 1 சாமுவேல் 16:14-16; 18:10; 19:9. சவுலின் அதிகாரிகள் சிலர் சுரமண்டலம் வாசிக்கும் ஒருவரைத் தேடினர், அதனால் தீய ஆவி வந்து அவரைத் துன்புறுத்தும்போது அவர் நன்றாக உணர முடியும் என்பதற்காக.

சாமுவேலின் ஆவியுடன் பேச இறந்தவர்களிடத்தில் பேசுகிற ஒரு பெண்ணிடம் சவுல் ஆலோசனை நடத்தினார். 1சாமுவேல் 28:8, 28:13

ஒரு குழந்தை தீய ஆவியால் ஆட்கொள்ளப்பட்டது. மாற்கு 7:25

பதினெட்டு வருடங்களாகப் பலவீனப்படுத்தும் ஆவியைக்கொண்ட ஒரு பெண் நிமிரக்கூடாத கூனியாக இருந்தாள். லூக்கா 13:11

பொய் ஆவி

இஸ்ரவேல் ராஜாவின் தீர்க்கதரிசிகளின் வாயில் இருந்த பொய் ஆவி அவரை அழிக்க அனுப்பப்பட்டது. 1 இராஜா 22:21-24, 2 நாளா 18:20-23

6.3 பிற ஆவிகள்:

விலங்குகளின் ஆவிகள் மற்றும் குறிப்பிட்ட குணாதிசயங்கள் உட்பட மற்ற ஆவிகளைப் பற்றி வேதாகமம் குறிப்பிடுகிறது, இது முதன்மையாக ஜீவன், மனிதனின் வழிகள் மற்றும் கடவுளின் பணியைச் சில குறிப்பிட்ட நோக்கங்களுக்காகக் குறிக்கிறது.

விலங்குகளின் ஆவி கீழே செல்கிறது என்று சாலமோன் கேள்வியுடன் எழுதுகிறார். Ecc 7:9, எகிப்தியரின் குதிரைகள் மாம்சம், ஆவி அல்ல. ஏசாயா 31:3

நியாயத்தின் ஆவியினாலும், சுட்டெரிப்பின் ஆவியினாலும் - கர்த்தர் எருசலேமின் இரத்தப்பழிகளை அதின் நடுவிலிருந்து நீக்கினார். ஏசாயா 4:3

தாறுமாறுகளின் ஆவி – கர்த்தர் ஞானிகள் நடுவில் வரச்செய்தார் (சோவான் பிரபுக்கள் மூடரானார்கள்; நோப்பு பட்டணத்தின் பிரபுக்கள் மோசம்போனார்கள்). ஏசாயா 19:14

அழிக்கும் காற்று- பாபிலோனுக்கு எதிராகவும், தனக்கு விரோதமாய் எழும்புகிறவர்களின் மத்தியில் குடியிருந்தவர்களுக்கு விரோதமாகவும அவர்களை அழிக்கத் தேவன் எழும்பச்செய்தார். எரேமியா 51:1

வேசித்தன ஆவி இஸ்ரவேலை வழிதப்பி அலையச்செய்தது; அவர்கள் தங்கள் தேவனுக்குக் கீழ்ப்படிந்திராமல் விபச்சாரவழியில் போனார்கள். ஓசியா 4:12; 5:4

பவுலும் சீலாவும் ஜெபம்பண்ணுகிற இடத்திற்குப் போகும்போது குறிசொல்லுகிற ஆவியினால், குறிசொல்லி தன் எஜமான்களுக்கு அதிக வருமானத்தைப் பெற்றுக்கொடுக்கும் ஒரு பெண் அவர்களுக்கு எதிரே வந்தாள். (அப்போ 16:16).

7.0 பரிசுத்த ஆவியானவர் பற்றிய தவறான கருத்துக்கள்

கடவுளின் மூன்று ஆளுமைகளில் ஒருவராகக் கருதப்படாமல், பரிசுத்த ஆவியானவர் வேறுபட்ட ஆளுமை அல்லது சக்தியாக உணரப்படுகிறார். பரிசுத்த ஆவியைப் பற்றிப் பல பொதுவான தவறான கருத்துகள் பின்வருமாறு உள்ளன.

1. பரிசுத்த ஆவியானவர் ஒரு ஆற்றல் அல்லது கடவுளின் வல்லமை, கடவுள் அல்ல.

2. பரிசுத்த ஆவியானவர் சமீப காலங்களில் ஒரே கடவுள்.
3. பரிசுத்த ஆவியானவர் சில சந்தர்ப்பங்களில் வந்து செல்கிறார், அது நிரந்தரமாக இல்லை.
4. பரிசுத்த ஆவியானவர் கண்கவரும் விஷயங்களுக்கும் இயற்கைக்கு அப்பாற்பட்ட விஷயங்களுக்கும் பெயர் பெற்றவர்.
5. பரிசுத்த ஆவியானவர் ஒருவரின் குற்றங்களைச் சுட்டிக்காட்டி, அவர்களுடைய பாவங்களை ஒப்புக்கொள்ள வைக்கிறார்.
6. பரிசுத்த ஆவியானவர் பாவங்களின் பதிவுகளை வைத்திருக்கிறார், ஒரு நபரைக் குற்றம் சாட்டுகிறார், மற்றும் அவர்களைத் தண்டிக்கிறார்.

முடிவுரை:

பரிசுத்த ஆவியானவரின் கிரியையைத் தேவனுடைய வார்த்தையின் மூலமாகவும், மனிதகுலத்தின் முழு வரலாறு மூலமாகவும், அவருடைய செயல்களை உணர்ந்து கொள்வதன் மூலமாகவும் அறியவும், புரிந்து கொள்ளவும், அனுபவிக்கவும் முடியும். பரிசுத்த ஆவியானவர் மனிதனின் ஆவியுடன் இடைப்பட்டு, குற்ற உணர்வு மற்றும் பாவம் இல்லாத வாழ்க்கைக்காக இயேசு கிறிஸ்துவை ஏற்றுக்கொள்ளவும் நம்பவும் அவர்களுக்கு உதவுகிறார். மேலும், பரிசுத்த ஆவியானவரின் செயல்கள் வெவ்வேறு சூழ்நிலைகளுக்கு ஏற்பவும் கடவுளின் சித்தத்தின்படியும் தனித்துவமானது மற்றும் சிறப்பு வாய்ந்தது.

மேலும் கற்றலுக்கு:

1. https://biblicalbasis2021.blogspot.com/2024/03/doctrine-of-person-of-holy-spirt.html

பரிசுத்த ஆவியானவரின் உள்வாசம் பற்றிய வேதாகம போதனை

அறிமுகம்:

பரிசுத்த ஆவியானவரின் உள்வாசம் பற்றிய வேதாகம போதனை, ஒவ்வொரு விசுவாசியின் உள்ளும் அவர்களை எப்போதும் வழிநடத்தும் ஒரு வழிநடத்துபவரும் ஆறுதல் அளிப்பவரும் உள்வாசம் செய்கிறார் என்பதை உறுதியளிக்கிறது. மேலும், நமது சுயநல ஆசைகளையும் நலன்களையும் அழிப்பதன் மூலம் கடவுளின் சித்தம் நம் வாழ்வில் செயல்படுத்தப்பட அனுமதிக்க பரிசுத்த ஆவியானவரின் உள்வாசமானது விசுவாசிகளுக்கு உதவுகிறது.

கர்த்தரும் இரட்சகருமான இயேசு கிறிஸ்துவை ஏற்றுக்கொண்டு விசுவாசிப்பதன் மூலமும், பரிசுத்த ஆவியானவரை நம்மில் இருக்கும்படி அனுப்பியதன் மூலமும் கடவுளுடன் ஒப்புரவாவதற்கான ஏற்பாடுகளைக் கடவுள் செய்தார்.

1.0 சொற்பிறப்பியல் மற்றும் ஒத்த சொற்கள்:

எபிரேய வார்த்தையான ரூஆக் கோதேஷ் (קדשׁ רוח) பழைய ஏற்பாட்டில் பரிசுத்த ஆவியானவருக்கு பயன்படுத்தப்படுகிறது (ஏசாயா 63:10).

புதிய ஏற்பாட்டில் பரிசுத்த ஆவியைக் குறிக்க ஏகியோன் நியூமா (αγιον πνεύμα) என்ற கிரேக்க வார்த்தை பயன்படுத்தப்படுகிறது (யோவான் 14:24).

கடவுளின் 'உள்வாழ்வு/ வாழ்விடம்/ வசிப்பிடம்' என்ற வார்த்தை கிரேக்க வார்த்தையான 'கடோய்கெட்டேரியன்' (κατοικητήριόν) மூலம் குறிக்கப்படுகிறது

தேவனுடைய ஆவியின் 'உள்வாழ்வு தொடர்பாகப் பயன்படுத்தப்படும் சில வார்த்தைகள்/ சொற்றொடர்கள்

- ஞானத்தின் ஆவி (திறன்களுக்கான ஞானம் மற்றும் உணர்தல்) (யாத் 28: 3)

- ஞானத்தின் ஆவி (புரிதல்) (உபா 34:9)
- பிதாவின் ஆவி (மத் 10:20)
- ஆவியானவர் புறாவைப் போல இறங்குகிறார் (மாற்கு 1:10; யோவான் 1:32)
- சத்திய ஆவியானவர் (யோவான் 14: 17; 15: 26; 16: 23)
- தேற்றரவாளன்/ ஆறுதல் அளிப்பவர் (யோவான் 14:26)
- இயேசுவின் (இயேசுகிறிஸ்துவின் ஆவி) (அப்போ 16:7; பிலி 1:19)
- ஜீவனுடைய ஆவியானவர் (ரோமர் 8:2)
- தேவனிடத்திலிருந்து புறப்படுகிற ஆவியானவர் (1 கொரி 2:12)
- தேவனுடைய ஆவியானவர் (1 கொரி 3:16)
- விசுவாசத்தின் ஆவி (2 கொரி 4:13)
- குமாரனுடைய ஆவி (கலா 4:6)
- சாந்தமுள்ள ஆவி (கலா 6: 1)
- ஞானத்தையும் தெளிவையும் அளிக்கிற ஆவி (எபி 1:17)
- நமக்குள்ளே வாசம்பண்ணுகிற பரிசுத்த ஆவியானவர் (2 தீமோ 1:14)

2.0 பரிசுத்த ஆவியைப் பெறுதல்:

பழைய ஏற்பாட்டில், பரிசுத்த ஆவியானவர் பெரும்பாலும் ஒரு குறிப்பிட்ட பணிக்காக அல்லது நிறைவேற்றப்பட வேண்டிய நோக்கத்திற்காக மக்களால் பெறப்படுகிறார் (நியா 6:34; நியா 11:29; நியா 13:25; நியா 14:6,19; 15:14; 1 சாமுவேல் 10:6, 10:10; 1 சாமுவேல் 11:6; 1 சாமுவேல் 16:23; 1 சாமுவேல் 19:20; 1 சாமுவேல்

19:23; 1 நாளா 12:18; 2 நாளா 20:14; 2 நாளா 20:20; ஏசாயா 32:15; ஏசாயா 44:3; ஏசாயா 59:21; யோவேல் 2:28, 29 (அப்போஸ்தலர் 2:17,18); ஆகாய் 1:14)

புதிய ஏற்பாட்டில், தெளிவான மற்றும் உண்மையான இதயத்துடன் கர்த்தராகிய இயேசுவை விசுவாசிக்கும் ஒவ்வொருவராலும் பரிசுத்த ஆவியானவர் பெறப்படுகிறார். நாம் எந்தச் சட்டத்தையும் பின்பற்றவோ, ஞானஸ்நானம் பெறவோ, அல்லது ஆண்டவரை நம்பத் தொடங்கியப் பிறகு பரிசுத்த ஆவியைப் பெறுவதற்காக காத்திருக்கவோ தேவையில்லை (மாற்கு 1:10; லூக்கா 11:13; யோவான் 7:39; அப்போஸ்தலர் 10:44-47; அப்போஸ்தலர் 19 அதி; எசே 37:14, 39:29).

> இஸ்ரவேலை ஆசீர்வதிப்பதே தேவனுக்குப் பிரியம் என்று பிலேயாம் பார்த்தபோது, அவன் முந்திச் செய்து வந்ததுபோல கர்த்த**ரைப்** பார்க்கப் போகாமல், வனாந்திரத்திற்கு நேராகத் தன்னுடைய முகத்தைத் திருப்பி, தன்னுடைய கண்களை ஏறெடுத்து, இஸ்ரவேல் தன்னுடைய கோத்திரங்களின்படியே முகாமிட்டிருக்கிறதைப் பார்த்தான்; தேவஆவி அவன்மேல் வந்தது. எண் 24: 1, 2
>
> இஸ்ரவேலர் பாகால் மற்றும் தோப்பு விக்கிரகங்களைத் தொழுது பாவம் செய்தபோது, கர்த்தர் அவர்களை மெசொப்பொத்தாமியா ராஜாவின் கையிலே விற்றுப்போட்டார்;. பின்னர் மக்கள் கர்த்தரை நோக்கிக் கூப்பிட்ட பொழுது, ஒத்னியேல் ஆவியைப் பெற்று 40 வருடங்கள் இஸ்ரவேலை நியாயந்தீர்த்தார். நியா 3:7-11
>
> இயேசு பரிசுத்த ஆவியினால் ஞானஸ்நானம் கொடுப்பார். மத் 3:11; மாற்கு 1:8

பேதுருவும் யோவானும் இயேசுவின் பெயரில் சமாரியர்களுக்கு ஞானஸ்நானம் கொடுத்து, கைகளை வைத்து, அவர்களுக்காக ஜெபித்த பிறகு பரிசுத்த ஆவியைப் பெற்றனர். அப்போ 8:14-17

பவுல் எபேசியர்களுக்கு இவ்வாறு எழுதுகிறார், இரட்சிப்பின் நற்செய்தியாகிய சத்திய வசனத்தைக்கேட்டு, விசுவாசிகளானபோது, வாக்குத்தத்தம்பண்ணப்பட்ட பரிசுத்த ஆவியானவரால் அவருக்குள் முத்திரைபோடப்பட்டீர்கள். அவருக்குச் சொந்தமானவர்கள் அவருடைய மகிமைக்குப் புகழ்ச்சியாக மீட்கப்படுவார்கள் என்பதற்கு ஆவியானவர் நம்முடைய உரிமைப்பங்கின் உத்திரவாதமாக இருக்கிறார். எபே 1: 13, 14

3.0 பரிசுத்த ஆவியானவரின் வாசம்:

பழைய ஏற்பாட்டில், பெரும்பாலும் தேவனுடைய ஆவி மனிதனில் வாசம் செய்யவில்லை (சில விதிவிலக்குகளுடன்), அவர் சில சமயங்களில் ஒரு நோக்கத்திற்காக வந்தார் (ஏசாயா 11:2), அமைதியாக மக்களிடையே கிரியைச் செய்தார் (யோபு 34:14), சில சமயங்களில் அவர்களுடைய பாவங்களினால் அவர்களை விட்டு வெளியேறினார் (I சாமுவேல் 16:14). புதிய ஏற்பாட்டில் நம்முடைய கர்த்தராகிய இயேசு கிறிஸ்துவின் கிரியையின் காரணமாக, பரிசுத்த ஆவியானவர் (நம்மில் உள்ள கடவுள்) கம்பீரமாகவும் விவரிக்க முடியாதவராகவும் ஒவ்வொரு விசுவாசியிலும் வசிக்க அனுப்பப்பட்டார்.

கர்த்தருடைய ஆவி என்றைக்கும் மனிதனோடு இருப்பதில்லை; அவன் மாம்சம்தான், ஆதியாகமம் 6:3

தாவீது பத்சேபாவிடம் பாவம் செய்தபோது தன்னிடமிருந்து பரிசுத்த ஆவியை எடுத்துக்கொள்ள வேண்டாம் என்று கடவுளிடம் கேட்கிறார். சங்கீதம் 51:11

இஸ்ரவேலர்கள் எகிப்திலிருந்து வெளியே வரும்போது தம்முடைய ஆவி அவர்கள் நடுவே இருக்கும் என்று கர்த்தர் அவர்களுடன் உடன்படிக்கை செய்தார். ஆகாய் 2:5

4.0 பரிசுத்த ஆவியானவரின் நிரப்புதல்:

பரிசுத்த ஆவியானவரின் நிரப்புதல் ஒரு தொடர்ச்சியான செயல்முறையாகும், அதே சமயம் பரிசுத்த ஆவியைப் பெறுவது ஒரு திட்டவட்டமான செயல்முறையாகும். தலைவர்கள் மற்றும் விசுவாசிகளின் பலவீனங்களின் சமயங்களில் மற்றும் கடவுள் அவர்களுக்கு ஏதாவது வெளிப்படுத்த/போதிக்க விரும்பும் போது பரிசுத்த ஆவியானவர் நிரப்பப்படுகிறார் (உபா. 34:9; அப்போ 4:8; அப்போ 9:17; அப்போ 13:4 எபேசியர் 5: 18. மேலும், ஒருவரையொருவர் சங்கீதங்கள், பாடல்கள் மற்றும் ஞானப் பாட்டுகளால் போதிப்பதன் மூலம் பரிசுத்த ஆவியானவரால் நிரப்பப்படுகிறோம். பரிசுத்த ஆவியானவரின் நிரப்புதல் ஒரு வாழ்நாள் செயல்முறையாகும், இது கடவுளின் கட்டளைகளைப் பின்பற்றுவதன் மூலமும் சுய நலத்தை தகர்த்து கடவுளை வாழ்வில் செயல்பட அனுமதிப்பதன் மூலமும் நிகழ்கிறது.

பெசலெயேல் கலை மற்றும் கைவினைப் பணிகளைச் செய்ய உன்னதமான தேவ ஆவியால் நிரப்பப்பட்டார். யாத்திராகமம் 31:2-5, 35:31

இஸ்ரவேலின் அக்கிரமங்களையும் பாவங்களையும் அறிவிக்க கர்த்தருடைய ஆவியின் வல்லமையால் அவர் நிரப்பப்பட்டதாக மீகா கூறுகிறார். மீகா 3:8

யோவான் ஸ்தானகன் பிறப்பிலிருந்தே பரிசுத்த ஆவியால் நிரப்பப்பட்டார். லூக்கா 1:15, அவர் எலியாவின் ஆவியிலும் வல்லமையிலும் கர்த்தருக்கு முன்பாக

இருக்கிறார். லூக்கா 1:17, எலிசபெத் பரிசுத்த ஆவியால் நிரப்பப்பட்டு ஒரு பாடலைப் பாடினார். லூக்கா 1:41

5.0 பரிசுத்த ஆவியானவரை பெற விருப்பம்:

வேதாகமத்தின் மிகப் பெரிய மனிதர்களில் சிலர், தங்கள் சொந்த வாழ்க்கையிலும் மற்ற விசுவாசிகளின் வாழ்க்கையிலும் கடவுளின் ஆவி ஒரு முக்கிய பங்கை வகிக்க வேண்டும் என்று உறுதியாக விரும்பினர்.

கர்த்தர் தம்முடைய ஆவியை முழு கர்த்தருடைய ஜனங்கள் மீதும் இறங்கச்செய்து, அவர்கள் தீர்க்கதரிசிகளாக இருக்க வேண்டும் என்று மோசே விரும்பினார். எண்ணாகமம் 11:29

எலியாவினுடைய ஆவியின் இரட்டைப் பங்கை எலிசா பெற விரும்பினார். 2இராஜாக்கள் 2:9

தாவீது தனது பலவீனத்தை ஒப்புக்கொண்டு, தன்னை கடவுளின் ஆவி வழிநடத்தட்டும் என்கிறார். சங்கீதம் 143:10

அவருடைய ஆவி கடவுளை வாஞ்சிக்கிறது என்று ஏசாயா எழுதுகிறார். ஏசாயா 26:9

6.0 பரிசுத்த ஆவியானவரின் வரங்கள்:

பரிசுத்த ஆவியானவர் மனிதனுக்கு பல வரங்களைக் கொடுத்துள்ளார். ஒரு குறிப்பிட்ட வரத்தைப் பெறுவது கடவுளின் பார்வையில் நம்மை ஒருபோதும் உயர்வாக ஆக்குவதில்லை. கடவுள் எல்லா வரங்களையும் தனிப்பட்ட வளர்ச்சிக்காக அல்லது பொது நன்மைக்காக வழங்கினார். நம் ஆண்டவரால் பிரசங்கத்திற்கான வரம், சேவை செய்யும் வரத்துடன் சமமாக மதிக்கப்படுகிறது.

பெந்தெகொஸ்தே நாளில், ஆவியானவர் மக்களைச் செயலாற்ற செய்ததால் அந்நிய பாஷைகளில் பேசினார்கள். அப்போ 2:4

வரங்கள் பகிர்ந்தளிக்கப்பட்டது. எபிரெயர் 2:4

வரங்களில் வேறுபாடுகள் உள்ளன. 1 கொரி 12:7-11

7.0 பரிசுத்த ஆவியானவர் Vs ஊழியமும் தூய்மையும்

தேவனுடைய ஊழியத்திற்கான நியமனம், தேர்வு, ஆயத்தம் மற்றும் நிறைவேற்றத்திற்கு பரிசுத்த ஆவியானவரின் பலமும் வழிகாட்டுதலும் தலைவர்களுக்கும் சீடர்களுக்கும் மிகவும் அவசியம் (அப்போ 6:3).

70 இஸ்ரவேல் மூப்பர்களைத் தேர்ந்தெடுக்கும்படி கடவுள் மோசேயிடம் கூறினார், அதனால் மோசே தனியாக மக்களை வழிநடத்தாமல் மோசேயிடம் இருக்கிற ஆவியை அவர்கள் மேலும் வைக்கும்படிக்கு. எண் 11:17, 11:25

இயேசு தம் சீடர்களை ஊழியத்திற்கு அனுப்பி, பரிசுத்த ஆவியைப் பெறச் சொன்னார். யோவான் 20:22

"நாங்கள் தேவனால் உண்டானவர்கள்; தேவனை அறிந்தவன் எங்களுக்குச் செவிகொடுக்கிறான்; தேவனால் உண்டாகாதவன் எங்களுக்குச் செவிகொடுக்கிறதில்லை; இதினாலே சத்திய ஆவி எதுவென்றும் ஏமாற்றும் ஆவி எதுவென்றும் அறிந்திருக்கிறோம்," என்று யோவான் எழுதுகிறார் (1 யோவான் 4:6).

8.0 ஒரு நபரில் பரிசுத்த ஆவியானவரின் அடையாளம்:

பரிசுத்த ஆவியானவர் (நம்மில் உள்ள கடவுள்) ஒரு விசுவாசிக்கு மட்டும் நன்மை செய்து மறைந்திருக்கவில்லை. அவர் நம்மைப் பலப்படுத்தி எல்லா தேசத்தாருக்கும் சாட்சியாகச் செய்வார். நம்முடைய கர்த்தராகிய இயேசு கிறிஸ்துவின் ஒளியைப் பிரகாசிக்க ஆவியின் கனிகள் நமக்கு உதவுகின்றன.

யோசேப்பு தனது கனவை வெளிப்படுத்தியபோது, யோசேப்புக்கு தேவனுடைய ஆவி இருந்தது என்று பார்வோன் சாட்சியமளித்தார். ஆதியாகமம் 41:38

தேவனுடைய ஆவியானவர் அவர் மூலமாகப் பேசினார் என்று தாவீது கூறுகிறார். 2 சாமுவேல் 23:2

தேவனுடைய ஆவி அவரை எங்கும் கொண்டு செல்லலாம் என்று ஒபதியா எலியாவிடம் கூறுகிறார். I இராஜா 18:12

எலியாவின் ஆவி எலிசா மீது தங்கியிருப்பதை மக்கள் கண்டு அறிவித்தனர். 2 இராஜா 2:15,16

பரிசுத்த ஆவியானவர் வரும்போது, விசுவாசிகள் சாட்சிகளாக இருப்பார்கள். அப்போ 1:8

விசுவாசிகள் பரிசுத்த ஆவியால் நிரப்பப்பட்டு, தைரியமாகத் தேவனுடைய வார்த்தையைப் பேசினார்கள். அப்போ 4:31

ஒரு விசுவாசி பரிசுத்த ஆவியின் கனிகளைக் கொண்டிருக்க வேண்டும். கலா 5:22

9.0 பரிசுத்த ஆவியானவரின் உள்வாசம் பற்றிய தவறான கருத்துக்கள்:

பரிசுத்த ஆவியானவரின் உள்வாசமானது, பல்வேறு தவறான வேதாகம விளக்கங்களின் அடிப்படையிலும், சில குறிப்பிட்ட தனிநபர்கள் அல்லது மக்கள் குழுக்கள் கருத்தை வலியுறுத்துவதன் அடிப்படையிலும் வித்தியாசமாக உணரப்படுகிறது.

1. பரிசுத்த ஆவியானவர் ஒரு தனிமனிதனில் உள்வாசம் செய்வதில்லை, ஆனால் வந்து செல்கிறார்.
2. ஒரு நபர் அந்நிய பாஷைகளில் பேசும் போது மட்டுமே பரிசுத்த ஆவியானவர் ஒருவரில் உள்வாசம் செய்கிறார்.

3. பரிசுத்த ஆவியானவர் எல்லா மக்களிலும் உள்வாசம் செய்கிறார், மனிதனே கடவுள்.
4. நாம் கடவுளை வணங்கும்போது, உணர்வுபூர்வமாக ஜெபிக்கும்போது மற்றும் பலவாறு உணர்வுகளை வெளிப்படுத்தும் போது. பரிசுத்த ஆவியானவர் ஒரு சிறந்த உணர்வு கொடுக்கிறார்.
5. பரிசுத்த ஆவியானவர் (பரிசுத்த ஆவியின் அபிஷேகம்) ஒரு போதகர், சில குறிப்பிட்ட நபர் அல்லது ஒரு குறிப்பிட்ட செயல் மூலம் பெறப்படுகிறது. ஒரு போதகர் அல்லது குறிப்பிட்ட நபர் விசுவாசிகள் மீது தங்கள் கைகளை வைக்கும்போது மட்டுமே, அவர்கள் பரிசுத்த ஆவியைப் பெறுவார்கள்.
6. பரிசுத்த ஆவியின் நிரப்புதல் வழிபாடு மற்றும் அந்நிய பாஷைகளில் பேசுதலால் நிகழும்.

முடிவுரை:

ஒரு விசுவாசியின் வாழ்வில் பரிசுத்த ஆவியின் உள் வாசம் மற்றும் அவரது மகத்தான பணி ஆகியவை அவருடைய செயல்களை அனுபவிக்கவும், நம் வாழ்வில் அவரைக் கொண்டாடவும், நம்மைத் திருத்திக்கொள்ளவும் தெளிவாகப் புரிந்து கொள்ளவும் அவசியம். மேலும், கடவுளின் கிருபையினாலும் பரிசுத்த ஆவியானவரின் பாக்கியத்தினாலும் விசுவாசிகளுக்குக் கொடுக்கப்பட்ட ஆவிக்குரிய வரங்கள், தாழ்மையான இதயத்துடன் பொது நன்மைக்காகவும் தனிப்பட்ட முன்னேற்றத்திற்காகவும் பயன்படுத்தப்பட வேண்டும்.

மேலும் கற்றலுக்கு:

https://biblicalbasis2021.blogspot.com/2024/03/doctrine-of-indwelling-of-holy-spirt.html

உலகளாவிய திருச்சபை பற்றிய வேதாகம போதனை

பின்பற்றும் அடிப்படை வேதாகம போதனைகள் மற்றும் நடைமுறைகளின் அடிப்படையிலான வேறுபாடுகளைப் பொருட்படுத்தாமல், அனைத்து உண்மையான விசுவாசிகளும் கிறிஸ்துவினுடைய சரீரத்தின் உறுப்பினர்கள் என்று உலகளாவிய திருச்சபை பற்றிய வேதாகம போதனை போற்றுகிறது. உண்மை ஒருபோதும் மாறாததும் கடவுளின் வழிகள் எப்போதும் சரியானவையாகவும் இருப்பினும், மனிதர்கள் பொதுவாக வெவ்வேறு பின்னணிகளைக் கொண்டவர்களாகவும் வெவ்வேறு சூழ்நிலைகளில் வளர்ந்தவர்களாகவும் இருக்கிறார்கள், இதனால் அவர்களிடையே பல்வேறு எண்ணங்கள், முன்மொழிவுகள் மற்றும் மனநிலைகளுக்கு வழிவகுக்கிறது. அடித்தளமாக இருக்கக்கூடிய மதிப்பீடுகள் மற்றும் கொள்கைகளை மீறாமல் இருக்கும் தனிநபர்கள் அல்லது குழுக்களின் வரம்புகளை, கடவுள் ஏற்றுக்கொள்கிறார். எனவே, ஒரு தனி நபர் அல்லது குழு ஒரு காரியம் அவர்கள் பின்பற்றும் குறிப்பிட்ட விதத்திலோ அல்லது அறிந்த விதத்திலோ இருக்க வேண்டும் என்று கூறும் போது கவனமாக இருக்க வேண்டும், ஏனெனில் அதற்குப் பின்னால் உள்ள நோக்கத்தின் அடிப்படையில் அவற்கள் குறிப்பிடுவது ஒரு வழியாக மாத்திரம் இருக்கலாம்.

1.0 சொற்பிறப்பியல் மற்றும் ஒத்த சொற்கள்:

சபை (தேவனுடைய ஆலயம்) (ἐκκλησία- எக்லீசியா) (அப்போ 5: 11) என்ற சொல் புதிய ஏற்பாட்டில் முதன்மையாகப் பயன்படுத்தப்படுகிறது.

புதிய ஏற்பாட்டில் தேவாலயத்திற்கான சில ஒத்தச் சொற்கள் கூடிவருதல் (ἐκκλησία/ πλήθος – எக்லீசியா/ பிளெத்தோஸ்) (அப்போஸ்தலர் 15:12), தேவனுடைய வீடு (οἰκος θεό - ஒய்கோஸ்

தியோஸ்) (எபி 10: 21), ஜெப வீடு (οίκος προσευχή- ஒய்கோஸ் ப்ரோசுயூக்) (லூக் 19: 46), ஜெப ஆலயம் (συναγωγή- சுனகோஜ்) (மத் 12:9), ஆலயம்/ தேவாலயம் (ναός/ Ἱερος- நஓஸ்/ ஹெய்ரோஸ்) (யோ 2: 21/ மத் 12: 6), முதலியன.

பழைய ஏற்பாட்டில் தேவாலயத்துடன் தொடர்புடைய சில வார்த்தைகள் சபை (עדת कלה– க்வாஹால் ஈடா) (யாத் 12: 6), தேவாலயம் (בית האלהים האצרות- ஓட்சார் பாயித் ஏலோயீம்) (1 நாளா 9:26), தேவனுடைய ஆலயம் (בית אוצר יהוה- ஓட்சார் பாயித் யெகோவா) (யோசுவா 6:24), கர்த்தருடைய ஆலயம் (היכל יהוה – ஹெய்கெல் யெகோவா) (2 நாளா 26:16) போன்றவை.

2.0 தேவனுடைய வீடு (பழைய ஏற்பாட்டு தேவாலயம்):

தேவனுடைய வீடு ஒரு சிறிய உள்கட்டமைப்பாகவும் (ஆதி. 28: 10-22; நியா 18: 31) மிகப் பெரிய நினைவுச்சின்னமாகவும் இருந்தது (1 சாம் 1: 7-9; 1 இராஜா 3: 1; 1 இராஜா 6: 1-38; 1 இராஜா 7: 13-51; 1 இராஜா 8: 10, 11; 2 நாளா 34: 8-21; யோவான் 2: 13-18), அவற்றில் நீண்ட காலமாக மக்கள் கூட்டமாகவோ அல்லது ஒன்று சேர்ந்து கூடியோ கடவுளைத் துதித்தனர் மற்றும் அவருடைய வார்த்தையைக் கேட்டு வணங்கி வந்தனர்.

> கர்த்தர் மோசேயிடம், "உன்னுடைய நிலத்தில் முதல் விளைச்சல்களின் முதல் கனியை உன்னுடைய தேவனாகிய கர்த்தருடைய ஆலயத்திற்குக் கொண்டுவர வேண்டும்" என்று கூறினார் (யாத். 23:19).
>
> பத்சேபா மூலம் பிறந்த குழந்தை இறந்த பிறகு, தாவீது தரையைவிட்டு எழுந்து, குளித்து, எண்ணெய்

பூசிக்கொண்டு, தன்னுடைய ஆடைகளை மாற்றி, கர்த்தருடைய ஆலயத்தில் நுழைந்து, தொழுதுகொண்டு, தன்னுடைய வீட்டிற்கு வந்து, உணவு கேட்டான்; அவன் முன்னே அதை வைத்தபோது சாப்பிட்டான் (2 சாமு 12:20).

கர்த்தருடைய ஆலயத்தைக் கட்டிய பிறகு, சாலொமோன் இவ்வாறு ஜெபித்தார், "தேவன் மெய்யாகப் பூமியிலே தங்குவாரோ? இதோ, வானங்களும் வானாதி வானங்களும் உமக்குப் போதாதே; நான் கட்டின இந்த ஆலயம் எம்மாத்திரம்? என்னுடைய தேவனாகிய கர்த்தாவே, உமது அடியேன் இன்று உமக்கு முன்பாகச் செய்கிற விண்ணப்பத்தையும் மன்றாட்டையும் கேட்டு, உமது அடியேனுடைய விண்ணப்பத்தையும் வேண்டுதலையும் கவனத்தில் கொண்டருளும். உமது அடியேன் இந்த இடத்திலே செய்யும் விண்ணப்பத்தைக் கேட்கும்படி என்னுடைய நாமம் அங்கே இருக்கும் என்று நீர் சொன்ன இடமாகிய இந்த ஆலயத்தின் மேல் உம்முடைய கண்கள் இரவும் பகலும் திறந்திருப்பதாக" (1 இராஜாக்கள் 8: 27-29).

3.0 மக்கள் தேவாலயமாகக் கருதப்படுகிறார்கள்:

பழங்காலத்திலிருந்தே மக்கள் தேவாலயமாகக் கருதப்படுகிறார்கள். தேவாலயத்தைக் கட்டியெழுப்புவது என்பது தனிநபர்களையோ குழுக்களையோ கட்டியெழுப்புவதாகும். இயேசு தன்னை ஒரு தேவாலயம் என்று குறிப்பிட்டார். மேலும், இயேசு பேதுருவிடம் தான் அவரித்தில் தம்முடைய தேவாலயத்தைக் கட்டுவார் என்று குறிப்பிட்டார்.

இயேசு யூதர்களுக்குப் மறுமொழியாக: இந்த ஆலயத்தை இடித்துப்போடுங்கள்; மூன்று நாட்களுக்குள்ளே இதைக்

கட்டி எழுப்புவேன் என்றார். அப்பொழுது யூதர்கள்: இந்த ஆலயத்தைக் கட்ட நாற்பத்தாறு வருடங்கள் ஆனதே, நீர் இதை மூன்று நாட்களுக்குள்ளே கட்டி எழுப்புவீரோ என்றார்கள். அவரோ தம்முடைய சரீரமாகிய ஆலயத்தைக்குறித்துச் சொன்னார் (யோவான் 2: 19-21).

பவுல் கொரிந்தியர்களுக்கு இவ்வாறு எழுதுகிறார், நீங்கள் தேவனுடைய ஆலயமாக இருக்கிறீர்களென்றும், தேவனுடைய ஆவியானவர் உங்களில் வாசமாக இருக்கிறாரென்றும் அறியாதிருக்கிறீர்களா? ஒருவன் தேவனுடைய ஆலயத்தைக் கெடுத்தால், தேவன் அவனைக் கெடுப்பார்; தேவனுடைய ஆலயம் பரிசுத்தமாக இருக்கிறது; நீங்களே அந்த ஆலயம். (1 கொரி. 3:16, 17).

4.0 தேவாலயம் மற்றும் கடவுள் மீதான நம்பிக்கை:

தேவாலயக் குழுவில் உள்ளவர்கள் தன்னலமற்றவர்களாக இருந்தபோது மற்றவர்கள் மீது அது பெரும் தாக்கத்தை ஏற்படுத்தியது, மேலும் தேவாலயத்தில் உள்ளவர்கள் சுயநலமாக இருந்து பொருட்களைத் தங்களுக்காக ஒளித்து வைத்துக் கடவுளையும் மற்றவர்களையும் ஏமாற்ற முயன்றபோது கடுமையான எதிர்மறையான விளைவுகள் ஏற்பட்டன (அப்போ 5: 1-11).

5.0 தேவாலயம் மற்றும் துன்புறுத்தல்கள்:

கிறிஸ்துவின் மீது நம்பிக்கையின்மை மற்றும் அவரை ஏற்றுக்கொள்ளாததற்கு முன்பு மக்களின் நம்பிக்கைகள் மற்றும் இதயத்தின் கடினத்தன்மை ஆகியவற்றில் வேறுபாடுகள் இருந்ததன் காரணமாகத் திருச்சபைக்கு எதிராக நிறைய துன்புறுத்தல்கள் இருந்தன (அப்போ 8: 1-4). மேலும், யூதர்களாக இருந்த மக்களை,

குறிப்பாக இயேசுவை குற்றம் சாட்டியவர்களை மகிழ்விக்க அரசியல் காரணங்களும் இருந்தன.

> அக்காலத்திலே ஏரோதுராஜா சபையிலே சிலரைத் துன்பப்படுத்தத் தொடங்கி; யோவானுடைய சகோதரனாகிய யாக்கோபைப் பட்டயத்தினாலே கொலைசெய்தான். அது யூதர்களுக்குப் பிரியமாக இருக்கிறதென்று அவன் அறிந்து, பேதுருவையும் பிடிக்கப் பின்தொடர்ந்தான். அப்பொழுது புளிப்பில்லாத அப்பப்பண்டிகை நாட்களாக இருந்தது. அவனைப் பிடித்துச் சிறைச்சாலையிலே வைத்து, பஸ்காபண்டிகைக்குப் பின்பு மக்களுக்கு முன்பாக அவனை வெளியே கொண்டுவரலாம் என்று நினைத்து, அவனைக் காவல்காக்கும்படி நான்கு போர்வீரர்கள் அடங்கிய நான்கு படைக் குழுவினரிடம் ஒப்படைத்தான். அப்படியே பேதுரு சிறைச்சாலையிலே காவலில் இருக்கும்போது, சபை மக்கள் அவனுக்காகத் தேவனை நோக்கி ஊக்கத்தோடு ஜெபம்பண்ணினார்கள் (அப்போ 12: 1-5).

> பவுல் இவ்வாறு எழுதுகிறார், "நான் அப்போஸ்தலர்கள் எல்லோரையும்விட குறைந்தவனாக இருக்கிறேன்; தேவனுடைய சபையைத் துன்பப்படுத்தினதினாலே, நான் அப்போஸ்தலன் என்று பேர்பெறுவதற்கும் தகுதியற்றவன்." (1 கொரி 15: 9; பிலி 3: 6).

6.0 தேவாலயத்தின் சாட்சிகள்:

தேவாலயம் இருப்பதற்கான காரணம் கிறிஸ்தவர்களாக இருக்க செய்வதில்லை, ஆனால் கிறிஸ்தவர்களாக இருப்பதற்கான காரணமே உறுதியான நோக்கத்துடன் கர்த்தருக்கு உண்மையாக

இருக்க செய்வதற்காக ஒன்றுகூடும் தேவாலயமாக இருக்க வேண்டும். 'கிறிஸ்தவர்கள்' என்ற சொல் கிறிஸ்துவின் சீடர்களுக்கு வழங்கப்பட்டது, அவர்கள் ஒரு மதத்தைச் சேர்ந்தவர்கள் என்பதற்காக அல்ல, மாறாக அவர்கள் தங்கள் வாழ்க்கையில் கிறிஸ்துவை ஏற்றுக்கொண்டவர்களும் தங்கள் வாழ்வில் அவரைப் பிரதிபலிப்பவர்களாகவும் இருந்ததால் தான். பல சீடர்கள் பொதுவாகவும், தனிப்பட்ட முறையிலும் கடவுள் தங்களுக்குச் செய்த நற்செய்தியைப் பகிர்ந்து கொண்டனர், மற்றவர்களும் கடவுளைப் பற்றி அறிந்து மேம்பட வேண்டும் என விரும்பினர் (அப்போ 11:19-26; கலா 1:11-24).

7.0 தேவாலயத்தில் ஒருவரையொருவர் ஆதரித்தல்:

தேவாலயம் என்பது பலதரப்பட்ட சிந்தனைகளைக் கொண்ட மக்கள் குழு. யாரோ ஒரு நபரால் துரோகம் மற்றும் துன்பமான அனுபவங்கள் ஏற்பட்டு இருந்தால், அதற்குப் பொறுப்பான நபரையோ அல்லது குழுவையோ அதிலிருந்து நீக்கவோ பிரித்தெடுக்கவோ முனைகிறார்கள். ஆனால் அதை தேவன் கையாளும் விதமாக நாம் கையாள்வது முக்கியம், தவறு செய்த நபர் அல்லது குழுவை ஆதரிப்பதும், அவர்களின் தவறுகளை அவர்கள் உணர உதவுவதும்/ அவர்கள் தவறுகளை உணரும்போது அவர்களை ஏற்றுக்கொள்ளவதும் அவசியம் (அப்போ 9: 26-31; 2 கொரி 8: 1-15).

> இயேசு தம்முடைய சீடர்களிடம், “உன் சகோதரன் உனக்கு விரோதமாகக் குற்றம் செய்தால், அவனிடத்தில் போய், நீயும் அவனும் தனிமையாக இருக்கும்போது, அவன் குற்றத்தை அவனுக்கு உணர்த்து; அவன் உனக்குச் செவிகொடுத்தால், உன் சகோதரனை

ஆதாயப்படுத்திக்கொண்டாய். அவன் செவிகொடுக்காமற்போனால், இரண்டு மூன்று சாட்சிகளுடைய ஒப்புதல்களினாலே காரியங்களெல்லாம் உறுதிப்படும்படி இரண்டொருவரை உன்னுடனே அழைத்துக்கொண்டு போ. அவர்களுக்கும் அவன் செவிகொடுக்காமற்போனால், அதைச் சபைக்குத் தெரியப்படுத்து; சபைக்கும் செவிகொடுக்காமற்போனால், அவன் உனக்கு வேறுமார்க்கத்தான்போலவும் வரி வசூலிப்பவனைப்போலவும் இருப்பானாக" என்று கூறினார் (மத்தேயு 18: 15-17).

பவுல் சீரியாவிலும் சிலிசியாவிலும் பயணம்செய்து, சபை மக்களைத் தைரியப்படுத்தினான் (அப்போ 15: 41).

பவுலும் தீமோத்தேயுவும் பட்டணங்களுக்குப் போகும்போது, எருசலேமிலிருக்கும் அப்போஸ்தலர்களாலும் மூப்பர்களாலும் விதிக்கப்பட்ட சட்டங்களைக் கைக்கொண்டு நடக்கும்படி அவர்களுக்குச் சொன்னார்கள். அதினாலே சபைகள் விசுவாசத்தில் உறுதிப்பட்டு, நாளுக்குநாள் பெருகின. (அப்போ 16: 1-5).

கொரிந்தியர்களுக்குச் ஊழியம் செய்யும்படிக்கு, மற்றச் சபைகளில் சம்பளத்தைப் பெற்று, அவர்களைக் கொள்ளையிட்டேன் என்று பவுல் குறிப்பிடுகிறார் (2 கொரி 11: 8).

8.0 தேவாலயத்தில் சரியான போதனைகள்:

தேவாலயம் சத்தியத்திற்கு முக்கியத்துவம் கொடுக்க வேண்டும் மற்றும் உண்மை என்பது கடவுளுடைய வார்த்தையிலிருந்து

முழுமையாக எடுத்துரைத்த பரிந்துரைகளின் அடிப்படையில் இருக்க வேண்டும், மேலும் சில அம்சங்களை மட்டும் எடுத்துக்கொண்டு உணர்வுகளின் அடிப்படையில் எதையாவது நிரூபிப்பதாக மாத்திரம் இருக்க கூடாது. மேலும், சில மரபுகள் அல்லது நடைமுறைகளின் அடிப்படையில் சர்ச்சைகள் எழும்போதெல்லாம், கிறிஸ்து செய்தது போல, பாரம்பரியம் அல்லது நடைமுறைக்கு முக்கியத்துவம் தராமல், மனிதர்களுக்கு அதிக முக்கியத்துவம் கொடுக்கப்பட வேண்டும். மேலும், சரியான போதனைகள் அனைவரையும் சென்றடைவதை திருச்சபை உறுதி செய்ய வேண்டும் (அப்போ 15:1-35).

9.0 கள்ளப்போதகர்கள் மற்றும் கள்ளத்தீர்க்கதரிசிகள்:

ஒரு புகழ்பெற்ற போதகர் அல்லது பெரிய அதிசயங்களையும் அற்புதங்களையும் செய்யும் ஒரு நபர், எப்போதும் சரியானவராகவும், சத்தியத்தின் அடிப்படையில் பிரசங்கித்து போதிப்பவராகவும் இருக்க வேண்டிய அவசியமில்லை. ஒத்து போகின்ற சித்தாந்தங்கள் மற்றும் ஆர்வங்களின் நிமித்தம் மற்றவர்களால் பாராட்டப்பட்டவர்கள் எப்போதும் இருந்தனர், அப்படிப்பட்டவர்கள் இன்றும் நம் மத்தியில் இருக்கிறார்கள். எனவே, ஒவ்வொரு போதனையையும் பகுப்பாய்வு செய்து அது சரியானது என்பதை உறுதிப்படுத்துவது அவசியம்; குறைந்த பட்சம் அது போதுமான காரணமின்றி சுயத்தையோ அல்லது மற்றவரையோ பாதிக்கும் போது.

> பல கள்ளப் போதகர்களும், கள்ளத் தீர்க்கதரிசிகளும் தங்கள் நலன்களுக்காகவோ அல்லது ஆதாயத்திற்காகவோ இன்றும் உள்ளனர். சில தவறான போதனைகள் அல்லது தீர்க்கதரிசனங்கள் சில சமயங்களில் நாம் பொதுவாகத் தொடர்புடைய குழுக்கள் அல்லது தனிநபர்களிடையே கூடப் பெரும்பாலும் அடிப்படைக் கொள்கைகளின்

அடிப்படையில் உள்ளன (1 தீமோ 1: 3-11; 2 பேதுரு 2: 1-3; 1 யோவான் 4: 1-6). கிறிஸ்தவ கள்ள போதனைகள் புதிய மத இயக்கங்கள் ஆகும், அவை கிறிஸ்தவ பின்னணியைக் கொண்டிருக்கின்றன, ஆனால் அடிப்படைக் கொள்கைகளில் தவறான போதனைகள் காரணமாக அவை இறையியல் ரீதியாக வேறுபட்டதாகக் கருதப்படுகின்றன. சில பொதுவான கிறிஸ்தவ கள்ள போதனைகள் இயேசு கிறிஸ்துவின் பிற்கால புனிதர்களின் தேவாலயம், ஐக்கிய தேவாலயம், கிறிஸ்தவ அறிவியல், யெகோவாவின் சாட்சிகள், புதிய அப்போஸ்தலிக்க சீர்திருத்தம், மார்மோனிசம் போன்றவை.

எல்லா மனிதர்களும் உங்களைக்குறித்துப் புகழ்ச்சியாகப் பேசும்போது உங்களுக்கு ஐயோ; அவர்களுடைய முற்பிதாக்கள் கள்ளத்தீர்க்கதரிசிகளைக்குறித்தும் அப்படித்தான் பேசினார்கள் என்று இயேசு கூறினார் (லூக்கா 6:26).

கள்ளத்தீர்க்கதரிசிகளுக்கு எச்சரிக்கையாக இருங்கள்; அவர்கள் ஆட்டுத்தோலைப் போர்த்துக்கொண்டு உங்களிடம் வருவார்கள்; உள்ளத்திலோ அவர்கள் பேராசையுள்ள ஓநாய்கள். அவர்களுடைய செயல்களினாலே அவர்களை அறிவீர்கள்; முட்செடிகளில் திராட்சைப் பழங்களையும், முட்பூண்டுகளில் அத்திப்பழங்களையும் பறிக்க முடியாது என்று இயேசு கூறினார் (மத் 7: 15, 16).

அநேகக் கள்ளத்தீர்க்கதரிசிகளும் எழும்பி, அநேகரை ஏமாற்றுவார்கள். அக்கிரமம் பெருகுவதினால் அநேகருடைய அன்பு தணிந்துபோகும் (மத் 24:11, 12).

அப்பொழுது, இதோ, கிறிஸ்து இங்கே இருக்கிறார், அதோ, அங்கே இருக்கிறார் என்று எவனாவது சொன்னால் நம்பாதீர்கள். ஏனென்றால், கள்ளக்கிறிஸ்துக்களும் கள்ளத்தீர்க்கதரிசிகளும் எழும்பி, கூடுமானால் தெரிந்துகொள்ளப்பட்டவர்களையும் வஞ்சிக்கத்தக்கதாகப் பெரிய அடையாளங்களையும் அற்புதங்களையும் செய்வார்கள். இதோ, முன்னதாக உங்களுக்கு அறிவித்திருக்கிறேன் என்று இயேசு கூறினார் (மத் 24:23-25; மாற்கு 13:21-23).

10.0 தேவாலயத்தின் முக்கியத்துவம்

ஒரு நபர் மற்றவரிடமிருந்து கிடைக்கும் போதனைகள் மற்றும் கற்றல் மூலம் கடவுளை அறிந்து வளர்வதற்கு திருச்சபை முக்கிய பங்கு வகிக்கிறது. மேலும், ஆவியின் வரங்களைப் பொது நலனுக்காகப் பயன்படுத்துவதற்கு இது ஒரு வாய்ப்பை வழங்குகிறது (2 கொரி. 8: 16-24; 1 தீமோ. 3: 14-16).

11.0 தேவாலயம் மற்றும் மக்களின் பங்கு:

தேவாலயமும் அதில் உள்ள வெவ்வேறு நபர்களும் வெவ்வேறு பாத்திரங்களைக் கொண்டுள்ளனர், அதன் அடிப்படையில் அவர்கள் வெவ்வேறு பொறுப்புகளைக் கொண்டுள்ளனர். ஒவ்வொரு பாத்திரமும் முக்கியத்துவம் வாய்ந்தது மற்றும் ஒருவருக்கொருவர் பங்களிக்கிறது (அப்போ 20: 17-38; எபே 3: 8-13; எபே 3: 20, 21;

பிலிப் 4: 15; 1 தீமோ 3: 1-7; யாக்கோபு 5: 13, 14 ; 3 யோவான் 1: 5-12).

அந்தியோகியா பட்டணத்தில் உள்ள சபையிலே பர்னபாவும், நீகர் என்னப்பட்ட சிமியோனும், சிரேனே ஊரானாகிய லூகியும், காற்பங்கு தேசத்தின் அதிபதியாகிய ஏரோதுடன் வளர்க்கப்பட்ட மனாயீனும், சவுலும், தீர்க்கதரிசிகளாகவும் போதகர்களாகவும் இருந்தார்கள். அவர்கள் கர்த்தருக்கு ஆராதனைசெய்து, உபவாசித்துக்கொண்டிருக்கிறபோது: பர்னபாவையும் சவுலையும் நான் அழைத்த ஊழியத்துக்காக அவர்களைப் பிரித்துவிடுங்கள் என்று பரிசுத்த ஆவியானவர் உரைத்தார். அப்பொழுது உபவாசித்து ஜெபம்பண்ணி, அவர்கள்மேல் கரங்களை வைத்து, அவர்களை அனுப்பினார்கள் (அப்போ 13:1-3).

பவுலும் பர்னபாவும் அந்தந்த சபைகளில் அவர்களுக்கு மூப்பர்களை ஏற்படுத்தி வைத்து, உபவாசித்து ஜெபம்பண்ணி, அவர்கள் விசுவாசித்துப் பற்றிக்கொண்ட கர்த்தருக்கு அவர்களை ஒப்புவித்தார்கள் (அப்போ 14:23).

விசுவாசியாகிய பெண்ணின் சொந்தத்தில் விதவைகள் இருந்தால், அவள் அவர்களுக்கு உதவிசெய்ய வேண்டும்; சபையானது ஆதரவற்ற விதவைகளுக்கு உதவிசெய்யவேண்டியிருப்பதால் அந்தச் சுமையை அதின்மேல் வைக்கக் கூடாது (1 தீமோ. 5:16).

12.0 கிறிஸ்துவும் தேவாலயமும்:

தேவாலயம் கிறிஸ்துவின் உடலாகக் கருதப்படுகிறது, அதற்குக் கிறிஸ்துவே தலை. எனவே, கிறிஸ்து தேவாலயத்தில் உள்ள ஒவ்வொரு விசுவாசியின் ஆன்மாவைக் கட்டுப்படுத்துகிறார், ஏனெனில் மூளை அதன் இயல்பின் படியும் நோக்கத்தின் படியும் வெவ்வேறு செயல்பாடுகளைக் கொண்ட உடலின் பாகங்களைக் கட்டுப்படுத்துகிறது. கிறிஸ்துவுக்கும் திருச்சபைக்கும் இடையே உள்ள தொடர்பை அறிவது ஆழமானதும் அனுபவமானதும் ஆகும், அதைச் சரியாகப் புரிந்து கொண்டால், வேறுபாடுகள் முற்றிலும் துடைக்கப்பட்டு, பாகுபாடின்றி அனைவரும் ஒருவரையொருவர் மதிக்கக் கூடியவர்களாக இருப்பார்கள் (ரோமர் 12: 3-8; 1 கொரி 12: 12-31; எபே. 5: 22-33; கொலோ1: 24-29; வெளி 22: 6-21).

> தேவன் எல்லாவற்றையும் இயேசுவின் பாதங்களுக்குக் கீழ்ப்படுத்தி, எல்லாவற்றையும் எல்லாவற்றாலும் நிரப்புகிறவருடைய நிறைவாகிய சரீரமான சபைக்கு அவரை எல்லாவற்றிற்கும் மேலான தலையாகத் தந்தருளினார் (எபே. 1:22, 23).

13.0 தேவாலயத்தின் பல்வேறு பிரச்சினைகளைக் கையாளுதல்:

அப்போஸ்தலர்களும் தலைவர்களும் வெவ்வேறு சூழ்நிலைகளில் தேவாலயங்களில் உள்ள பல்வேறு பிரச்சினைகளுக்குத் தெளிவான போதனைகள், வழிகாட்டுதல்கள் மற்றும் ஆதரவை வழங்குயதன் மூலம் கையாண்டனர். மேலும், அவர்கள் குறிப்பிட்ட தகவல்களை அனைவருக்கும் வெளிப்படுத்தினர் மற்றும் ஒரு குறிப்பிட்ட தேவாலயத்தின் சில தனித்துவமான குணங்களுக்காக அவர்களை ஊக்கப்படுத்தினர் அல்லது பாராட்டினர் (வெளி. 1: 4-8; வெளி 1: 9-20; வெளி 2: 1-7; வெளி 2: 8-11; வெளி 2: 12-17; வெளி 2: 18-29; வெளி 3: 1-6; வெளி 3: 7-13; வெளி 3: 14-22).

14.0 தேவாலயங்கள் மற்றும் மக்களுக்கான அங்கீகாரம்:

தேவாலயங்கள், நற்செய்தியைப் பரப்புவதற்கும், சீடர்களாக இருப்பதற்கும், கடவுளும் இரட்சகருமான இயேசு கிறிஸ்துவின் நற்செயல்களைச் செய்ய அனைவரையும் ஆயத்தப்படுத்துவதற்கான ஒரு தொடர்பு மையமாக அங்கீகரிக்கப்பட்டுள்ளன. ஒரு முழுமையான திருச்சபை அப்போஸ்தலர்களாலும் சீடர்களாலும் அங்கீகரிக்கப்பட்டு கௌரவிக்கப்பட்டது, மேலும் தேவாலயங்களில் உண்மையுள்ள, நம்பகமான மற்றும் சமயோசிதமான முக்கிய நபர்களும் நினைவுகூரப்பட்டு அங்கீகரிக்கப்பட்டனர் (1 கொரி 1: 1-3; ரோமர் 16: 1-16; ரோமர் 16: 23; 1 கொரி 1: 1-3; 1 கொரி 16: 19-24; 2 கொரி 1: 1, 2; கலா 1: 1-5; கொலோ 4: 7-18; 1 தெச 1: 1; 2 தெச 1: 1-4; பிலேமோன் 1: 1-3).

> பவுல் செசரியா பட்டணத்திற்கு வந்து, எருசலேமுக்குப்போய், சபைமக்களைச் சந்தித்து, அந்தியோகியாவிற்குப் போனான் (அப்போ 18: 22).

15.0 தேவாலயத்தைப் பற்றிய தவறான கருத்துக்கள்:

விசுவாசிகள் மற்றும் அவிசுவாசிகள் மத்தியில் தேவாலயம் பற்றிய தவறான கருத்துக்கள் அவர்களில் பலரை கடவுளைப் பற்றிய உண்மைகளிலிருந்து விலகிச் செல்ல வழிவகுத்தது மற்றும் பலர் மற்றவர்களைத் தவறாக நடத்தவும் செய்தது. தேவாலயம் என்பது கிறிஸ்துவை மையமாக வைத்து ஒருவரோடு ஒருவர் ஐக்கியம் கொண்டு கடவுளைப் பற்றி அறிந்து கொள்ளவும், கடவுளுக்குள்ளாக வளரவும், கடவுளுக்காக வாழவும் செய்யும் ஒரு குழுவாகும். கட்டமைப்பு மற்றும் நினைவுச்சின்னங்கள் மக்கள் ஒன்று

கூடுவதற்கான தொடர்பு மையங்கள் மட்டுமே. நிறுவப்பட்ட கிறிஸ்தவ நிறுவனங்களாகத் தேவாலயங்களில் உள்ள வெவ்வேறு பாத்திரங்கள் மற்றும் பொறுப்புகளோடு அதில் கடைப்பிடிக்கப்படும் நடைமுறைகள் மற்றும் சடங்குகள் மக்களைச் சத்தியத்தில் கட்டியெழுப்பவும் வழிநடத்தவும் உள்ளன. தேவாலயத்தைப் பற்றிய சில முக்கிய தவறான கருத்துக்கள் பின்வருமாறு:

1. தேவாலயம் என்பது கடவுளின் பிரசன்னம் இருக்கும் இடம் அல்லது நிகழ்ச்சி (வழிபாடு) ஆகும்.
2. கடவுளைப் பற்றி அறிந்து கொள்ளவும், கடவுளுக்குள் வளரவும், பிறருக்குப் பலனளிக்கவும் திருச்சபை அவசியமில்லை.
3. ஒரு நல்ல தேவாலயம் ஒரு பெரிய இடம், பெரிய வருவாய் மற்றும் அதிக எண்ணிக்கையிலான மக்களைக் கொண்டுள்ளது.
4. ஒரு குறிப்பிட்ட திருச்சபையுடன் இணைந்திருப்பது மட்டுமே இரட்சிப்பையும் நித்திய ஜீவனையும் தருகிறது.
5. அவிசுவாசி ஒரு விசுவாசியாக மாறுவதற்கு தேவாலய போதகரால் அபிஷேகம் பண்ணப்படுதல் மற்றும் பெயர் மாற்றம் செய்யப்படுதல் அவசியம். மேலும் ஒரு தேவாலய போதகராக இருக்க ஒரு சிறப்பு அழைப்பு மற்றும் அனுக்கிரகம் தேவை.
6. தேவாலயம் ஒரு சுகமான இடம் மற்றும் ஒரு தனிநபர் அல்லது குழுவின் தேவைகளைப் பூர்த்தி செய்யும் இடம்.
7. ஒரு விசுவாசி தனது தேவாலயக் குழுவை மாற்றக் கூடாது, மேலும் கடவுளை அறிய/ கடவுளுக்குள் வளர அவர்களுக்கு உதவிய ஒரு நபருடன் தொடர்பில் இருக்க வேண்டும்.
8. ஒரு நபர் அவர் சார்ந்த தேவாலயம் (கள்) மூலம் மட்டுமே நற்செய்தியைப் பிரசங்கிக்க வேண்டும் மற்றும் கடவுளின் வார்த்தையைக் கற்பிக்க வேண்டும், வேறு எந்தக் குழுக்களுடனும் தொடர்பு கொள்ளக் கூடாது.

9. தேவாலயம் சரியான மக்களுக்கு ஒரு சரியான இடம், பாவம் செய்பவர்கள் தேவாலயத்தின் பகுதியாக இருக்கக் கூடாது மற்றும் கண்டனம் செய்யப்பட வேண்டும்.
10. தேவாலயம் ஒரு விசுவாசியின் பாவத்தை நிறுத்தச் செய்கிறது அல்லது ஒரு தேவாலய குழுவின் ஒரு பகுதியாக இருப்பதற்காக ஒரு நபர் எந்தப் பாவமும் இல்லாமல் இருக்க வேண்டும்.
11. ஒரு நபர் தன்னை ஈடுபடுத்தியிருக்கும் குறிப்பிட்டத் தேவாலய பிரிவு அந்த நபருக்கான உச்ச அதிகாரமாகும்.
12. தேவாலயத்தில் உள்ளவர்கள் மாயக்காரர்கள், மற்ற மக்கள், குறிப்பாக புதியவர்கள் நியாயந்தீர்க்கப்படுவார்கள்.

முடிவுரை:

ஒரு விசுவாசி, 'நானே தேவாலயம்' என்று சொல்லலாம். ஒரு விசுவாசி அல்லது விசுவாசிகளின் குழுவை 'நீங்கள்தான் தேவாலயம்' என்று அழைக்கலாம். விசுவாசிகளின் ஒரு குழு, 'நாங்கள் தேவாலயம்' என்று சொல்லலாம். சில நேரங்களில் நாம் திருச்சபையின் ஏதேனும் ஒன்று அல்லது இரண்டு அம்சங்களுக்குள் நம்மைச் சுறுக்கிக்கொள்ள முனைகிறோம் மற்றும் நாம் முழுமையடைவதில்லை. கிறிஸ்துவைப் போன்ற மனப்பான்மையைக் கொண்ட ஒரு நபர், தனிப்பட்ட வளர்ச்சி மற்றும் மற்றவரின் வளர்ச்சியின் அவசியத்தையும், ஒருவருக்கொருவர் நன்மை பயக்க ஒருவரோடு ஒருவர் ஐக்கியம் கொள்ள வேண்டியதன் அவசியத்தையும் உணர்கிறார். பொது வழிபாட்டின் ஒரு நிறுவப்பட்ட மையமாகத் தேவாலயம் அதற்கே உரியதான நன்மைகள் மற்றும் வரம்புகளைக் கொண்டுள்ளது, மற்றும் கடவுளையோ மக்களையோ பாதிக்காமல் இருக்க கொள்கைகள் மற்றும் நடைமுறைகள் வேதாகமத்தின் மதிப்பீடுகளுக்கு ஒத்து உள்ளதா என்பது தொடர்ந்து தனி நபர்களாக குழுக்களாக மதிப்பாய்வு செய்யப்பட வேண்டும். விசுவாசிகளின் ஒரு குழுவாகிய

தேவாலயம் ஒன்றுச்சேர்ந்து, மிகக் கொடூரமான பாவிக்குக் கூடத் தங்கள் உண்மையுள்ள வார்த்தையினாலும், செயலினாலும், அன்பினாலும், கிறிஸ்துவைப் பிரகடனப்படுத்தினால், அது எப்போதும் உயர்த்தப்படும்.

மேலும் கற்றலுக்கு:

https://carm.org/minor-groups-issues/list-of-cults-and-non-christian-groups/

https://biblicalbasis2021.blogspot.com/2024/04/doctrine-of-universal-church.html

கர்த்தர் மீண்டும் திரும்புதல் பற்றிய வேதாகம போதனை

அறிமுகம்

கர்த்தர் மீண்டும் திரும்புதல் பற்றிய வேதாகம போதனை, உண்மையுள்ளவர்களுக்கு நீதிக்கான வெகுமதியை அளிக்கவும் உண்மையில்லாதவர்களுக்கு அநீதிக்கான தண்டனையை அளிக்கவும் ஏதுவாக அனைவருக்கும் நீதியுள்ள நீதிபதியாக இருக்கும் கிறிஸ்துவின் வருகையை உறுதிசெய்கிறது.

எஸ்காடாலஜி (Eschatology) என்பது கடைசி கால விஷயங்களைப் படிப்பதற்கான கிறிஸ்தவ இறையியல் துறையாகும். இது கிறிஸ்துவின் வருங்காலத் திரும்புதல், உயிர்த்தெழுதல், எடுத்துக்கொள்ளுதல், இறுதித் தீர்ப்பு, கிறிஸ்துவுடன் மீட்கப்படுபவர்களின் நித்திய ஆசீர்வாதம் மற்றும் அவருடைய பிரசன்னத்திற்கு அப்பாற்பட்டவர்களின் நித்திய தண்டனை பற்றிய ஆய்வு.

1.0 சொற்பிறப்பியல் மற்றும் ஒத்த சொற்கள்

எபிரேய மொழியில் கர்த்தர் திரும்பி வருதல் (வரச்செய்தல்) בשׁוב יהוה (ஷூப் யேகோவா) (ஏசா 52: 8) மற்றும் கிரேக்க மொழியில் இது Επιστροφή Κυρίου (எபிஸ்ட்ரோஃபி க்யூரியோ) ஆகும்.

பழைய ஏற்பாட்டில் கடவுளுடைய வருகையுடன் தொடர்புடைய சில வார்த்தைகள் கர்த்தருடைய நாள் (יום יהוה – யோம் யெகோவா (ஒப 1:15)), கர்த்தருடைய பழிவாங்குதல் (נקמת יהוה-- நெக்வாமா யெகோவா (எரே 50:15)), முதலியன

புதிய ஏற்பாட்டில் இறைவனின் வருகையுடன் தொடர்புடைய சில வார்த்தைகள் கர்த்தருடைய நாள் (ημέρα του Κυρίου – ஹெமேரா டௌ க்யூரியோ (1 Thes 5: 2), கர்த்தருடைய வருகை (παρουσία ου

– பரோசியா டௌ க்யூரியோ (1 தெச 4: 15)), நியாயத்தீர்ப்பின் நாள் (Ημέρα της Κρίσεως- ஹெமேரா டெஸ் கிரிசோஸ் (2 பேதுரு 2: 9)), தேவனுடைய கோபம் (Οργή Θεού- ஆர்ஜி தியோ (கொலோ 3: 6)), முதலியன.

2.0 கர்த்தருடைய நாள்

கர்த்தருடைய நாள் என்பது கர்த்தராகிய இயேசு கிறிஸ்து அனைவருக்கும் நியாயாதிபதியாகத் திரும்பும் நாள். பல தீர்க்கதரிசிகள் கர்த்தருடைய வருகையைப் பற்றிப் பண்டைய காலங்களிலிருந்து தீர்க்கதரிசனம் சொன்னார்கள், அவர்களில் பலர் கர்த்தருடைய நாள் சமீபமாயிருக்கிறது என்று சொன்னார்கள். கர்த்தருடைய நாளில், அடையாளங்களும் அற்புதங்களும் இருக்கும், அது அழியப்போகும் பாவிகளுக்கு ஒரு திருடனின் வருகையைப் போல இருக்கும் (எரே 4:16, 17; யோவேல் 1:15; யோவேல் 2:11; யோவேல் 2 : 28-32; அப்போ 2: 18-21; ஆமோஸ் 5: 18-20; செப் 1: 14-17; மல் 3: 1-5).

> "எல்லா தேசங்களுக்கும் விரோதமான நாளாகிய கர்த்தருடைய நாள் சமீபமாய் வந்திருக்கிறது; நீ செய்தபடியே உனக்கும் செய்யப்படும்; உன் செய்கையின் பலன் உன் தலையின்மேல் திரும்பும்.", என்று ஒபதியா ஏதோமுக்கு தீர்க்கதரிசனம் உரைக்கிறார் (ஓபா 1:15).
>
> நாள் அருகில் இருக்கிறது; ஆம், கர்த்தருடைய நாள் அருகில் இருக்கிறது; அது மந்தாரமான நாள், அது அந்நியஜாதிகளுக்கு வரும் காலம் (எசே 30:3).

"நியாயத்தீர்ப்பின் பள்ளத்தாக்கிலே மக்கள் திரள்திரளாக இருக்கிறார்கள்; நியாயத்தீர்ப்பின் பள்ளத்தாக்கிலே கர்த்தரின் நாள் சமீபமாயிருக்கிறது.", என்று யோவேல் உரைக்கிறார் (யோவேல் 3:14).

இரவிலே திருடன் வருவதுபோல் கர்த்தருடைய நாள் வரும் (1 தெச 5:2).

கர்த்தருடைய நாள் இரவிலே திருடன் வருகிறதுபோல வரும்; அப்பொழுது வானங்கள் பயங்கர சத்தத்தோடு விலகிப்போகும், பஞ்சபூதங்கள் வெந்து உருகிப்போகும், பூமியும் அதில் உள்ள செயல்களும் எரிந்து அழிந்துபோகும் (2 பேதுரு 3:10).

2.1 கர்த்தருடைய நாள் - பூமியில் கிறிஸ்துவின் வாழ்க்கை மற்றும் நியாயத்தீர்ப்பு

கர்த்தருடைய நாள் சில நேரங்களில் மனித குலத்தை மீட்பதற்காகப் பூமியில் கிறிஸ்துவின் வாழ்க்கையும் சில நேரங்களில் நியாயத்தீர்ப்பு நாளைக் குறிக்கவும் பயன்படுத்தப்படுகிறது (ஏசாயா 61: 1-11).

கர்த்தருடைய பெரிதும் பயங்கரமுமான நாள் வருகிறதற்கு முன்னே தேவன் எலியா தீர்க்கதரிசியை அனுப்புவார் (மல்கியா 4:5).

3.0 கர்த்தருடைய வருகை

உலகம் முழுவதையும் அவரது மகிமையிலும் வல்லமையிலும் நியாயந்தீர்க்க கடவுள் வருவதைப் பற்றிப் பலர் பேசினர் மற்றும் பாடினர். கர்த்தர் மீண்டும் வரும்போது, அவர் மக்களை நியாயத்துடனும் நீதியுடனும் நியாயந்தீர்ப்பார். மேலும், சில சமயங்களில் கர்த்தருடைய வருகை என்பது மக்களைப்

பாவங்களிலிருந்து காப்பாற்ற இயேசு கிறிஸ்துவின் முதல் வருகையைக் குறிக்கிறது (சங்கீதம் 96: 1-13; ஏசாயா 63: 17; லூக்கா 9: 26; மத் 26: 64; அப்போ 1: 10, 11; 1 தெச 2: 17-20; 1 தெச 3: 11-13; ; 1 தெச 4: 13-18; 2 தெச 2: 1-12; 2 பேதுரு 1: 16; யூதா 1: 14-16; வெளி 16:15).

ஏசாயா தீர்க்கதரிசனமாகக் கூறியது என்னவென்றால், "உன் ஜாமக்காரருடைய சத்தம் கேட்கப்படும்; அவர்கள் சத்தமிட்டு ஏகமாகக் கெம்பீரிப்பார்கள்; ஏனென்றால், கர்த்தர் சீயோனைத் திரும்பிவரச்செய்யும்போது, அதைக் கண்ணாரக் காண்பார்கள்." (ஏசாயா 52: 8).

மேலும், பாழாக்குகிற அருவருப்பைக் குறித்து தானியேல் தீர்க்கதரிசி சொல்லியிருக்கிறானே, வாசிக்கிறவன் சிந்திக்க வேண்டும். நீங்கள் அதைப் பரிசுத்த இடத்தில் நிற்பதைப் பார்க்கும்போது, யூதேயாவில் இருக்கிறவர்கள் மலைகளுக்கு ஓடிப்போக வேண்டும். வீட்டின்மேல் இருக்கிறவன் தன் வீட்டிலே எதையாவது எடுப்பதற்கு இறங்காமலிருக்க வேண்டும். வயலில் இருக்கிறவன் தன் ஆடைகளை எடுப்பதற்குத் திரும்பாமலிருக்க வேண்டும். அந்த நாட்களிலே கர்ப்பவதிகளுக்கும் பால்கொடுக்கிறவர்களுக்கும் ஐயோ. நீங்கள் ஓடிப்போவது மழைக் காலத்திலாவது, ஓய்வுநாளிலாவது, நடக்காதபடிக்கு வேண்டிக்கொள்ளுங்கள். ஏனென்றால், உலகம் உண்டானதுமுதல் இதுவரைக்கும் நடக்காததும், இனிமேலும் நடைபெறாததுமான மிகுந்த உபத்திரவம் அப்பொழுது உண்டாயிருக்கும். அந்த நாட்கள்

குறைக்கப்படாமலிருந்தால், ஒருவன்கூட தப்பிப்போவதில்லை; தெரிந்துகொள்ளப்பட்டவர்களினிமித்தம் அந்த நாட்கள் குறைக்கப்படும். அப்பொழுது, இதோ, கிறிஸ்து இங்கே இருக்கிறார், அதோ, அங்கே இருக்கிறார் என்று எவனாவது சொன்னால் நம்பாதீர்கள். ஏனென்றால், கள்ளக்கிறிஸ்துக்களும் கள்ளத்தீர்க்கதரிசிகளும் எழும்பி, கூடுமானால் தெரிந்துகொள்ளப்பட்டவர்களையும் வஞ்சிக்கத்தக்கதாகப் பெரிய அடையாளங்களையும் அற்புதங்களையும் செய்வார்கள். இதோ, முன்னதாக உங்களுக்கு அறிவித்திருக்கிறேன். ஆகவே: அதோ, வனாந்திரத்தில் இருக்கிறார் என்று சொல்வார்களானால், புறப்படாமலிருங்கள்; இதோ, அறைவீட்டிற்குள் இருக்கிறார் என்று சொல்வார்களானால் நம்பாதீர்கள். மின்னல் கிழக்கிலிருந்து தோன்றி மேற்குவரைக்கும் பிரகாசிக்கிறதுபோல, மனிதகுமாரனுடைய வருகையும் இருக்கும். பிணம் எங்கேயோ அங்கே கழுகுகள் வந்து கூடும் (மத் 24:15-28; மாற்கு 13:14-23; லூக்கா 21:20-24; வெளி. 1:7, 8).

4.0 கர்த்தருடைய வருகைக்கு ஆயத்தமாயிருத்தல்

நிச்சயமாக, கர்த்தராகிய இயேசு அனைவரையும் நியாயந்தீர்க்க மீண்டும் வருவார். கர்த்தரும் இரட்சகருமான இயேசு கிறிஸ்துவை விசுவாசிப்பவர்களாக நாம் அனைவரும் நம் வாழ்வில் சில விஷயங்களைப் பயிற்சி செய்து சிந்திக்க வேண்டும் (2 யோவான் 1: 4-11; வெளி 3: 7-13; வெளி 22: 6-21).

யாக்கோபு பின்வரும் அறிவுரைகளை விசுவாசிகளுக்கு எழுதுகிறார். இப்படியிருக்க, சகோதரர்களே, கர்த்தருடைய வருகைவரை நீடிய பொறுமையாக இருங்கள். இதோ, பயிரிடுகிறவன் பூமியின் நற்கனியை அடைய வேண்டும் என்று, முன்மாரியும், பின்மாரியும் வரும்வரை, நீடிய பொறுமையோடு காத்திருக்கிறான். நீங்களும் நீடிய பொறுமையோடு இருந்து, உங்களுடைய இருதயங்களை உறுதிப்படுத்துங்கள்; கர்த்தரின் வருகை சமீபமாக இருக்கிறது. சகோதரர்களே, நீங்கள் நியாயந்தீர்க்கப்படாதபடிக்கு ஒருவருக்கொருவர் விரோதமாகக் குறைசொல்லாதிருங்கள்; இதோ, நியாயாதிபதி வாசற்படியில் நிற்கிறார். என் சகோதரர்களே, கர்த்தருடைய நாமத்தினாலே பேசின தீர்க்கதரிசிகளைத் துன்பப்படுதலுக்கும், நீடிய பொறுமைக்கும் உதாரணமாக வைத்துக்கொள்ளுங்கள். இதோ, பொறுமையாக இருக்கிறவர்களை பாக்கியவான்கள் என்கிறோமே! யோபின் பொறுமையைக் குறித்து கேள்விப்பட்டிருக்கிறீர்கள்; கர்த்தருடைய செயலின் முடிவையும் பார்த்திருக்கிறீர்கள்; கர்த்தர் மிகுந்த உருக்கமும், இரக்கமும் உள்ளவராக இருக்கிறாரே. குறிப்பாக, என் சகோதரர்களே, வானத்தின்பேரிலாவது, பூமியின்பேரிலாவது, வேறு எதன்மீதும் சத்தியம் செய்யாமலிருங்கள்; நீங்கள் தண்டனைக்குள்ளாகத் தீர்க்கப்படாதபடிக்கு உள்ளதை உள்ளதென்றும், இல்லாததை இல்லையென்றும் சொல்லுங்கள் (யாக்கோபு 5: 7-12).

5.0 கர்த்தரின் நியாயத்தீர்ப்பு

கடவுள் இரக்கமுள்ளவராகவும், அக்கறையுள்ளவராகவும், அன்பானவராகவும் இருப்பினும் அவர் இறையாண்மையுள்ளவர், நீதியுள்ளவர், மற்றும் அவருடைய எல்லா செயல்களிலும் எண்ணங்களிலும் முழுமையானவர். முங்குறித்த யோசனைகள் மற்றும் பாரபட்சம் இல்லாமல் நீதியை நிலைநாட்டுவதற்கு கடவுளின் நியாயத்தீர்ப்பு அவரது அனைத்து பண்புகளின் சமநிலையை அடிப்படையாகக் கொண்டது, அனைத்திற்கும் மேலாகக் கடவுள் எல்லாவற்றுக்கும் ஆதாரமாக இருக்கிறார், மேலும் குயவனுக்கு களிமண்ணின் மீது அவர் விரும்பியபடி செய்யுவோ குலைத்து போடவோ அதிகாரம் இருப்பதைப் போல அவர் விரும்பும் எதையும் செய்ய அவருக்கு இறுதி அதிகாரம் உள்ளது. (மத் 10:15; லூக்கா 10:14; மத் 12: 36, 37; மத் 11: 20-22; மத் 12: 41,42; லூக்கா 11:31,32; யோவான் 5: 22, 23; யோவான் 12: 27-35; யோவான் 16: 8-11; எபி 9: 27, 28; எபி 10: 26, 27; 1 பேதுரு 4: 16, 17; 2 பேதுரு 2: 1-11; 2 பேதுரு 3 1-7; 1 யோவான் 4: 15-17; யூதா 1: 5-7; வெளி 14: 6,7)

> பவுல் ரோமர்களுக்கு இவ்வாறு எழுதுகிறார், "உன் மனதின் கடினத்திற்கும், மனம்திரும்பாத இருதயத்திற்கும் தகுந்தபடி, தேவனுடைய நீதியுள்ள தீர்ப்பு வெளிப்படும். கோபத்தின் தண்டனை நாளிலே உனக்காகக் கோபத்தினைக் குவித்துக்கொள்ளுகிறாயே. தேவன் அவனவனுடைய செய்கைகளுக்குத் தகுந்தபடி அவனவனுக்குப் பலன் கொடுப்பார். சோர்ந்துபோகாமல் நல்ல செயல்களைச்செய்து, மகிமையையும் கனத்தையும் அழியாமையையும் தேடுகிறவர்களுக்கு நித்தியஜீவனைக்

கொடுப்பார். சண்டைக்காரர்களாக இருந்து, சத்தியத்திற்குக் கீழ்ப்படியாமல், அநியாயத்திற்குக் கீழ்ப்படிந்திருக்கிறவர்களுக்கோ தேவனுடைய உக்கிரமான கோபம் வரும்."

6.0 கர்த்தரின் பழிவாங்கல்

கர்த்தரின் பழிவாங்கும் நாள் என்பது கடவுளின் நீதியையும் நியாயத்தையும் வெளிப்படுத்தும் நாள் மற்றும் மக்களின் தீமைக்கான தண்டனையுடன் கூடிய நியாயத்தீர்ப்பின் நேரம். மக்கள் தங்கள் சூழ்நிலைகளுக்கு ஏற்ப, கடவுளை அறிந்துகொள்ளவும், அவரை அங்கீகரிப்பதற்காகவும், உண்மையாகவே வாய்ப்புகளையும் சந்தர்ப்பங்களையும் தருகிறார்; ஆனால் அவர்களில் பெரும்பாலோர் கடவுளை மறுத்து, தங்கள் சுய உணர்வைப் பின்பற்றுகிறார்கள் மற்றும் மற்றவர்களைக் கருத்தில் கொள்ளாமல் தங்களைத் திருப்திப்படுத்துவதற்காக விஷயங்களைச் செய்கிறார்கள். ஆகவே, கடவுளின் கோபம் தீயவர்கள் மீது இருக்கும், அவர் நேர்மையற்றவர்களிடமிருந்து நேற்மையானவர்களை அகற்றுவார். பழிவாங்கும் நாள் என்பது கடவுள் தனது கோபத்தை தீமையின் மீது காட்டும் இறுதியான நேரமாக இருக்கலாம், மேலும் மக்கள் தனிநபர்களாகவோ அல்லது குழுக்களாகவோ வீழ்ச்சியடையும் போது அது கடவுளின் நீதியான செயல்களாக இருக்கலாம் (ஏசாயா 35: 4-10; ஏசாயா 63: 1-6; ஜெர் 46: 1-10; Micah 5: 7-15; Jer 51: 1-11).

7.0 கர்த்தர் மீண்டும் திரும்புதல் பற்றிய தவறான கருத்துக்கள்

1. விசுவாசிகளிடையே கர்த்தர் மீண்டும் திரும்புவதைப் பற்றிப் பல தவறான கருத்துக்கள் உள்ளன, அவை தவறான நம்பிக்கைகள் மற்றும் வாழ்க்கை முறைக்கு வழிவகுக்கும்.

மேலும், பல சித்தாந்தங்கள் மற்றும் கோட்பாடுகள் இயேசுவின் வருகையைப் பற்றித் தவறான எண்ணங்களின் அடிப்படையில் எழுந்துள்ளன, மேலும் சில கோட்பாடுகள் மற்றும் சித்தாந்தங்கள் கடவுளின் வருகை தொடர்பான வேதங்களை விளக்கும் முயற்சியின் அடிப்படையில் உள்ளன.

2. இறுதி நாட்களை வேதாகமத்தின் அடிப்படையில் கணக்கீடுகள் மூலம் கணிக்க முடியும்.
3. இறுதிக் காலத்தை வெளிக்கொணர நமது நல்ல வார்த்தைகள் அல்லது பிரசங்கம் மற்றும் போதனைகள் மூலம் நமக்கு ஒரு பங்கு இருக்கிறது.
4. கிறிஸ்து திரும்புவதற்கு முன் நாம் இறந்துவிட்டால் சில தீமைகள் அல்லது பயனின்மை உள்ளது.
5. இறைவனின் வருகை மிக அருகில் இருப்பதால், நாம் கடவுளைத் துதித்து பிரார்த்தனை செய்வதைத் தவிர வேறு எதையும் செய்ய வேண்டியதில்லை.
6. கிறிஸ்து ஏற்கனவே வந்திருந்தார்.
7. கிறிஸ்தவம் செழிக்கும்போதும், ஒவ்வொரு நபரும் நற்செய்தியைப் பெறும்போதும் கிறிஸ்து வருவார்.
8. கிறிஸ்து திரும்பி வரும்போது கடவுள் தம் மக்களைத் துன்பங்களிலிருந்தும் பாவங்களிலிருந்தும் பாதுகாப்பார். தீர்ப்பு நாளுக்கு முன் நீதி கிடைக்காது.
9. அந்திக்கிறிஸ்து இன்னும் வந்து, கர்த்தர் திரும்புவதற்கு முன்பாகக் கிறிஸ்தவர்களைத் துன்புறுத்த இருக்கிறார்.

முடிவுரை

சில வசனங்கள் வெவ்வேறு வழிகளில் விளக்கமறியப்படுவதால் பல போதனைகள் மற்றும் சித்தாந்தங்கள் அதன் அடிப்படையில் உள்ளன, அவற்றிற்கு கவனமான ஆய்வு மற்றும் பகுப்பாய்வுத் தேவை. உதாரணமாக- ஆயிரம் வருடங்கள் என்பது

வெளிப்படுத்துதல் 20:2-ல் குறிப்பிடப்பட்டுள்ளது, அது கிறிஸ்துவின் 1,000 வருட அரசாட்சியின் காலத்தைக் குறிக்கிறது. மில்லினியம் (ஆயிரம் வருடங்கள்) என்பதன் சரியான நேரம் மற்றும் தன்மை மூன்று கண்ணோட்டங்களுக்கு இடையே விவாதிக்கப்படுகிறது: ஏமில்லினியலிசம் ("ஆயிரமாண்டு ராஜ்யம்" மற்றும் "ஆயிரம்" என்பது உருவகமாக விளக்கப்பட வேண்டும்), போஸ்ட் மில்லினியலிசம் (கிறிஸ்து மில்லினியத்திற்குப் பிறகு திரும்புவார்), மற்றும் ப்ரீமில்லினியலிசம் (கிறிஸ்து மில்லினியத்திற்கு முன் திரும்புவார்).

இறுதி அதிகாரம் எப்போதும் வேதாகமத்திற்கு வழங்கப்பட வேண்டும், மேலும் எந்த வேதாகம அடிப்படையும் இல்லாமல் மனிதர்களுடைய வரலாற்றின் ஒரு பகுதியையோ ஒரு குறிப்பிட்ட புவியியல் சார்ந்த இடத்தையோ மட்டும் கருத்தில் கொண்ட கற்பனைக் கதைகள் விளம்பரப்படுத்தப்பட்டால், அது புறக்கணிக்கப்பட வேண்டும்.

கர்த்தரின் வருகை கிறிஸ்துவை ஏற்றுக்கொள்ளாதவர்களுக்கு நிச்சயமற்றது மற்றும் ஒரு திருடனுடைய வருகையைப் போல் இருக்கும். ஆனால் விசுவாசிகள் அனைவருக்கும் ஆவலுடன் எதிர்பார்க்கப்படுவதாக இருக்க வேண்டும். அவர்கள் எல்லாவற்றிலும் சிறந்து விளங்குவதன் மூலமும், எல்லாவற்றிலும் கடவுளை மகிமைப்படுத்துவதன் மூலமும் (கொலோ 3 ஆம் அதிகாரம்) வளங்களையும் திறமைகளையும் சரியான முறையில் தரநிலைகளுடன் பயன்படுத்துவதன் மூலமும் தொடர்ந்து ஆயத்தப்பட வேண்டும் (மத்தேயு 25 ஆம் அதி).

மேலும் கற்றலுக்கு:

1. https://www.thegospelcoalition.org/essay/views-of-the-millennium/
2. https://biblicalbasis2021.blogspot.com/2024/04/doctrine-of-return-of-lord.html

www.ingramcontent.com/pod-product-compliance
Lightning Source LLC
LaVergne TN
LVHW100246051026
849517LV00006B/2009